உனக்காக

சுகந்தி நாடார்

TAMIL UNLTD
10 MAYBELLE COURT MECHANICSBURG PA USA 17050
tamilunltd@gmail.com

நூலின் பெயர்	:	உனக்காக
ISBN	:	978-0-9839087-8-4
பொருள்	:	நாவல்
மொழி	:	தமிழ்
ஆசிரியர்	:	சுகந்தி நாடார்
பதிப்பு	:	முதல் பதிப்பு மின்னூல் 2018 இரண்டாம் பதிப்பு 2019
உரிமை	:	ஆசிரியருக்கு
நூலின் அளவு	:	B&W 5 x 7 in or 178 x 127 mm Perfect Bound on Creme w/Gloss Lam
எழுத்துரு	:	மைக்ரோச்ப்ட் விஜயா
எழுத்துரு அளவு	:	12 புள்ளி
விலை	:	$15.99
பக்கங்கள்	:	194
அச்சாக்கம்	:	Ingramspark
பதிப்பகம்	:	

Tamilunltd
10 Maybelle court
Mechanicsburg PA USA 17050
Ph:0017177283999
0017178025889
917358951926
anitham.suganthinadar.com
tamilunltd@gmail.com

பொருளடக்கம்

- அத்தியாயம் 1 5
- அத்தியாயம் 2 10
- அத்தியாயம் 3 17
- அத்தியாயம் 4 20
- அத்தியாயம் 5 23
- அத்தியாயம் 6 28
- அத்தியாயம் 7 33
- அத்தியாயம் 8 38
- அத்தியாயம் 9 43
- அத்தியாயம் 10 47
- அத்தியாயம் 11 50
- அத்தியாயம் 12 53
- அத்தியாயம் 13 57
- அத்தியாயம் 14 60
- அத்தியாயம் 15 63
- அத்தியாயம் 16 67
- அத்தியாயம் 17 71
- அத்தியாயம் 19 73
- அத்தியாயம் 20 77
- அத்தியாயம் 21 80
- அத்தியாயம் 22 83
- அத்தியாயம் 23 85
- அத்தியாயம் 24 89

அத்தியாயம் 25	*91*
அத்தியாயம் 26	*94*
அத்தியாயம் 27	*98*
அத்தியாயம் 28	*102*
அத்தியாயம் 29	*107*
அத்தியாயம் 30	*112*
அத்தியாயம் 31	*116*
அத்தியாயம் 32	*120*
அத்தியாயம் 33	*124*
அத்தியாயம் 34	*128*
அத்தியாயம் 35	*132*
அத்தியாயம் 36	*136*
அத்தியாயம் 37	*139*
அத்தியாயம் 38	*142*
அத்தியாயம் 39	*146*
அத்தியாயம் 40	*148*
அத்தியாயம் 41	*152*
அத்தியாயம் 42	*156*
அத்தியாயம் 43	*159*
அத்தியாயம் 44	*163*
அத்தியாயம் 45	*167*
அத்தியாயம் 46	*171*
அத்தியாயம் 47	*175*
அத்தியாயம் 48	*178*

அத்தியாயம் 49 .... *181*
அத்தியாயம் 50 .... *183*
அத்தியாயம் 51 .... *187*

உனக்காக

சுகந்தி நாடார்

அத்தியாயம் 1

"எல்லாம் நான் கும்பிடும் அந்த அம்மா பார்த்துக்குவா" - உள்ளே நுழையும் போதே அம்மாவின் குரல் கேட்டது. அக்காவின் சரமாரியான கேள்விகளுக்கு மட்டும் தான் அம்மா தெய்வத்தின் துணையைக் கூப்பிடுவாள். அக்கா ஊரிலிருந்து வந்து விட்டாள். மனத்துக்குள் சிரித்தபடி வாசலில் செருப்பைக் கழட்டி விட்டு, படி அருகே வைக்கப் பட்டிருந்த பித்தளை அண்டாவிலிருந்து நீர் எடுத்துக் காலைக் கழுவி விட்டு உள்ளே நுழைந்தான் கௌதம். வாசலிலிருந்து பார்த்தாலே நீளமாக வீடு முழுவதும் தெரிந்தது. அம்மாவோ அக்காவோ கண்ணில் தெரியவிலை. இரண்டடி வைத்ததும் அவனது வலப் பக்கத்தில் அம்மா நின்று கொண்டிருக்க, தங்கையின் அருகே அவளது கட்டிலில் முதுகை காட்டி உட்கார்ந்திருந்தாள் அக்கா. தங்கை சித்ரா சோர்வோடு தலையணையில் சாய்ந்திருந்தாள். யாரும் அவன் வந்ததைக் கவனிக்கவில்லை.

"ஆமா, நீ இப்படியே சொல்லிக்கிட்டு இரு அவன் கிட்டே எதுவும் சொல்லாதே" யாரும் என் சொல் கேட்கிறதில்லை ஆனா நா மட்டும் உதவின்னா உடனே ஓடி வந்திடணும்" பொரிந்து கொண்டிருந்தாள் அக்கா.

வசதியாகச் சுவற்றில் சாய்ந்து கொண்டு நாடகம் பார்க்கத் தயாரானான். அக்கா என்ன சொல்லப் போகிறாள் என்று அவனுக்குத் தெரியும். சித்ரா திருமணத்திற்கு முன்பிருந்தே அக்கா பாடிக் கொண்டிருக்கும் பாட்டுதான். வீட்டை விற்க வேண்டும் என்று வற்புறுத்துவாள்.. முகம் கடுகடுப்பாகியது.

அவனது அசைவால் அவன் வந்திருப்பதைத் தங்கை சித்ரா கண்டு கொண்டாள்.

"ஷ் அக்கா ..."

"என்னடி உஷ், நா என்ன கெட்ட விஷயமா சொல்றேன். நீயும் தான் ஏன் இந்த உசிலம்பட்டிக்குப் பிரசவம் பார்க்க வந்தே? மதுரையிலேயே இருந்திருக்கலாமில்லே? உதவிக்கு வந்த எனக்கும் வசதியாய் இருந்திருக்கும்".

"அம்மா கூட இருக்கணும்ன்னு தான்" மெதுவாய் வந்தது சித்ராவின் குரல்.

"ஆமா நீயும் நானும் தான் அம்மா, அப்பான்னு ஓடிவறோம் நம்மைப் பத்தி ஏதாவது அக்கறையிருந்தால் நாம சொல்றதைக் கொஞ்சமாவது கேட்கணும்".

அம்மாவின் முகம் கறுப்பதை நன்றாகப் பார்க்க முடிந்தது. கோபமாக நிமிர்ந்து நின்றான். அம்மாவும் அவனைப் பார்த்து விட்டாள். அவன் கண்களில் கண்ணீர் பளபளத்ததையும் புரிந்து கொண்டாள்.

"ஆமாண்டி நீ சொல்லி தான் நான் கேட்கணும். சித்ரா அசந்து இருக்கிறாள் பார். முதலில் சாப்பிட எடுத்து வை ; மத்ததை அப்புறம் பாத்துக்கலாம்" - பிரச்சனை என்று வருவதற்குள் பேச்சை மாற்றினாள் அந்தத் தாய்.

"அதுவும் சரி இந்த வீட்டு மகாராஜன் வந்தவுடன் நான் பேசிக்கிறேன்" என்ற படி எழுந்து சமையலறை நோக்கித் திரும்பிய அவனுடைய சகோதரி அவனை நேராகப் பார்த்தாள்

அவனும் அக்காவை நேராகப் பார்த்தான். அவன் கண்கள் என்ன சொல்லியதோ அக்கா தலையைக் குனிந்து கொண்டு அவனைத்தாண்டிப் போனாள். சமையலறை என்றால் கட்டிலுக்கு எதிர்த்தார்ப் போல தரையிலிருக்கும் ஒரு காஸ் அடுப்பு மட்டும் தான்.

"மதுரா காலையில் தான் வந்தாள். சித்ரா டெலிவரி வரைக்கும் இங்கே எனக்கு ஒத்தாசையா இருக்கிறேன்னு

வந்திருக்கா" முகத்தைப் புடவைத் தலைப்பால் அழுத்தித் துடைத்துக் கொண்டே சொன்னாள். .

எதுவும் பேசாமல் அம்மாவை தலை முதல் கால் வரை அளந்தான். ஒடிந்து விடும் போல ஒல்லியான தேகம். கொத்தமல்லிக் கொத்தாக சொருகிவிடப்பட்டிருந்த வெள்ளி நரை கொண்டை; நெற்றியிலெ பெரிய பொட்டு. இழுத்துச் சொருகியிருந்த கசங்கிப் போயிருந்த நூல் சேலை. மிகவும் சோர்ந்து தெரிந்தாள். அம்மாவிற்கு உதவி தேவை தான். ஆனால் அக்கா வந்தது வெறும் உதவி செய்ய மட்டும் தானா?

"அப்பா எங்கேம்மா?"என்றவன் பதிலை எதிர்பார்க்காமல்,"சித்ரா சாப்பிட்டாயா?" என்று தங்கையைப் பார்த்துக் கேட்டான்

இல்லை என்பது போல் வெறுமே தலையசத்தாள் தங்கை.

"நம்ம வேலாயுதத்தைப் பார்த்துட்டு வரேன்னு சொல்லியிருக்கிறார். நீ சாப்பிட வரியா இல்லை அப்பா வரட்டுமா?" - பதிலாக அம்மாவின் கேள்வி.

"ஊரிலிருந்து வந்தவளை வான்னு கூப்புட்ல! நீ அவனுக்குச் சாப்பாடு போடு". அக்கா அம்மாவைப் பார்த்துச் சத்தமாக முணுமுணுத்தாள். எதுவும் பேசாமல் அங்கே இருந்த சாய்வு நாற்காலியில் போய் உட்கார்ந்தான் கௌதம். அவன் அமெரிக்காவிலிருந்து அப்பாவிற்காகக் கொண்டு வந்தது. அவனுடை எடையில் அது கொஞ்சம் ஆடியது.

"அத்தான் எப்படியிருக்கிறார் அக்கா?"

"எல்லாம் நல்லா இருக்கிறார். நீ செய்ற முட்டாள் தனத்தைச் சொல்லி அவர் வருத்தப் படாத நாளே இல்லை"

"அடப் பரவாயில்லையே, டில்லியிலிருக்கிறவருக்கு இங்கே எங்களைப் பத்திக் கவலைப் படக்கூட நேரமிருக்கா?" நக்கலடித்தான் கௌதம்.

"கவலைப் படறதினாலேதான் நான் தனியா இருந்து கொள்கிறேன் நீ போய்ட்டு வான்னு அனுப்பிச்சு வைத்து இருக்கிறார்" என்றபடியே அவனுக்குக் குடிக்கத் தண்ணீர் கொண்டு வந்து கொடுத்தாள் மதுரா.

"எவ்வளவு நாள் இங்கே இருக்கிறதா..?" அவன் கேள்வியை முடிக்கவில்லை

"வந்து இரண்டு மணி நேரமாகவில்லை, போன்னு விரட்டுகிறாயா? " பெருங்குரலெடுத்துக் கேட்டாள் மதுரா.

"அக்கா" அழுத்தமாக அதட்டி நிறுத்தினான்.

"அத்தானும் மாதுவும் அங்கே தனியாக சமாளிக்கணுமேன்னுதான் கேட்டேன்"

"ஆகா அந்தக் கவலை உனக்கு வேண்டாம். இந்தப் பட்டிக்காட்டிலிருக்கிற உனக்கு ஒரு நல்ல வாழ்க்கை அமையணுமேன்னு கவலைப்படு"

"ஏன் அக்கா அண்ணனுக்கு என்ன குறைச்சல்? அமெரிக்காவில் படிச்சிருக்கார். ஆறு வருஷம் அங்கே வேலயும் பார்த்து இருக்கிறார். ஆளும் பார்க்கறதுக்கு ராஜாதான்" அவன் முதுகு புறத்திலிருந்து இதுவரை அமைதியாக இருந்த சித்ரா பேசினாள். அவள் குரலில் சிரிப்பு கலந்திருந்தது.

"ராஜா தான் கட்டிக்கிட ராணிதான் வரப்போறா வந்து இந்த அழுக்கு ஊரையும் ஓட்டைவீட்டையும் பார்த்தவுடன் தலைதெரிக்க ஓடப் போறா" மதுராவும் கோபமும் கிண்டலும் கலந்து சொன்னாள்.

அவள் கிண்டலாகச் சொன்ன உண்மை அங்கேயிருந்த அனைவரையும் அமைதியாக்கியது.

"இந்த வீட்டை வித்துட்டு மதுரையிலாவது சென்னையிலாவது ஒரு வீடு வாங்கலாம்ன்னு நான் சொன்னா யாருக்கும் பிடிக்காது."

"பிடிக்காதது மட்டுமில்லை நான் உயிரோடு இருக்கும் வரை நடக்காது". சொல்லிக் கொண்டே அப்பா உள்ளே வந்தார்.

அப்படிச் சொன்னீங்கன்னா கௌதமுக்கு இந்த ஜென்மத்தில் கல்யாணம் நடக்காது". மதுரா அப்பாவை நேராகப் பார்த்துச் சொன்னாள்.

சிரிப்பான கண்களுடன் ஸ்கூட்டியில் வலம் வரும் தேவதை கௌதமின் கண்கள் முன்னால் ஏனோ வந்து போனாள். அவன் புன்சிரிப்புடனே தோளை உலுக்கிக் கொண்டான்.

அத்தியாயம் 2

ஹரணி தன் ஸ்கூட்டியை நிறுத்திவிட்டு வேக வேகமாக ஹரணி கம்ப்யூட்டர்சின் படிகளில் ஏறினாள். ஏற்கனவே இருபது நிமிடம் லேட்டாகிவிட்டது. அம்மா காத்துக் கொண்டிருப்பார். கறுப்புக் கண்ணாடிக் கதவைத் தள்ளிக் கொண்டு உள்ளே போனாள். காதில் வாக்மேனில் உன்னி கிருஷ்ணன் பாடிக் கொண்டிருந்தார்.

"ஹாய் ஹரணி!" என அழைத்தாள் வரவேற்புக்காக அழகாய் உட்கார்ந்திருந்த பெண்.

"என்ன இரண்டு வாரமா ஆளையே காணோம்?" ஹரணியின் காதில் விழுவதற்காக சத்தமாக கேட்டாள்.

"ஒரு மாநாட்டு விஷயமாய் பாம்பேயில் சுத்திக்கிட்டு இருந்தேன்." பேசிய படியே பறந்த கூந்தலை காதுக்குப் பின்புறம் ஒதுக்கிவிட்டாள். காதில் சொருகியிருந்த இயர்ஃபோனை கழுத்துக்கு இறக்கிவிட்டாள். பேசியபடியே வேகமாக லிப்ட்டை நோக்கி வேகமாக நடந்தாள்.

அவளது துப்பட்டா விசிறியாய் அவள் பின்னால் பறந்தது.

"சீக்கிரம் போ, நீ வந்திட்டியான்னு மேடம் இரண்டு தரம் என்கொயரி பண்ணிட்டாங்க!"

வரவேற்பு பெண்ணைத் திரும்பிப் பார்த்து நன்றியோடு சிரித்தாள் ஹரணி. அம்மா காந்திமதிக்கு எல்லாமே இராணுவ நடையில்பண்ணனும். நடந்த வேகத்தில் யார் மேலோ மோதிக் கொண்டாள். கல்லில் மோதியது போல தோள் வலித்தது. கையில் இருந்த பெட்டி நழுவியது. தலை முடியைப் பிடித்திருந்த க்ளிப் தவறி விழுந்தது. அவள் கூந்தல் பட்டாய் அவிழ்ந்து விழுந்தது.

"சாரி சாரி!" என்றபடி குனிந்து கீழே விழுந்திருந்த தன்னுடைய சாமான்களை எடுத்தபடி நிமிர்ந்து பார்த்தாள். எதிரில் அவன் சிலையாய் நின்றிருந்தான். புது க்ளையண்ட் போல, லிப்ட்டிலிருந்து வெளியேறியிருக்க வேண்டும். இதுவரை பார்த்திராத முகம். நல்ல கறுப்பான, களையான

முகம். உணர்ச்சியைத் துடைத்து வைத்திருந்தது, கோயிலில் இருக்கும் பைரவர் சிலையை ஞா;பகப்படுத்தியது.

எதிரில் நிற்பவன் அவளையே பார்த்துக் கொண்டிருக்க வேகமாக லிப்டில் ஏறினாள். முகம் தெரியாத ஒருவன் தன்னை உற்றுக் கவனிப்பது கொஞ்சம் உறுத்தினாலும் அவள் கவனம் தன் தாயிடமிருந்தது. வலித்த தோளை தடவிக் கொண்டாள். சரியான தளத்திற்கு வந்து லிப்ட் கதவு திறந்த உடனே வினய் அவளுக்காகப் பதட்டதுடன் காத்திருந்தான்.

"ஹரணி வா அம்மா காத்திருக்கிறார்கள். பயங்கர டென்ஷனாயிருக்கிறார்கள்!''

வெள்ளத்தில் நான் மாட்டிகிட்டேன்னு பயந்திட்டாங்களா? மெல்லிதாய்க் கேட்டாள் ஹரணி

பதில் சொல்லாமல் தோளைக்குலுக்கினான் வினய். சென்னையையே உலுக்கியிருக்கும் சோகம் அம்மாவை மட்டும் பாதிக்காதா என்ன?

அவளுக்கும் அம்மா பற்றித் தெரியும்தான் எற்கெடுத்தாலும் பயப்படுவார்கள். அதுவும் அப்பாவோட விபத்திற்குப் பிறகு அம்மா கவலைப் படுவதும் பயத்தில் எரிச்சல் படுவதும் அதிகமாகி விட்டது. இன்று சொல்லவே வேண்டாம். இருவரும் அம்மாவின் அறையை நோக்கி நடந்தார்கள்

நடக்கும் வழியெல்லாம் வேலையில் மூழ்கியிருந்தவர்கள் அவரவர் தங்கள் வேலையைச் செய்த படியே அவளுக்கு கையாட்டினார்கள். அப்பா நடந்து வந்தால் எல்லோருடனும் நின்று பேசி வருவார். அந்தப் பழக்கத்தை ஹரணியும் கடைபிடித்து வந்தாள். ஆனால் இன்று எல்லோருக்கும் தன் புன்னகையை மட்டும் பதிலாகத் தந்துவிட்டு அம்மாவின் அறைக்கதவைத் தட்டினாள்.

"வரலாம்" என்று அம்மாவின் குரல் வர, வினய் கதவைத் திறக்க இருவரும் உள்ளே நுழைந்தனர்.

"எல்லாம் நேரப்படி செய்யணும்னு எத்தனை தடவை சொல்லியிருக்கிறேன். நீ லேட்டா வந்தால்

மற்றவர்களுடைய காரியங்கள் கெட்டு விடும் என்று உனக்குத் தெரியாதா?" அம்மாவின் குரல் இது.

கடுமையாக பேச முயற்சித்தாலும் அம்மா பரிதவிப்பது ஹரணிக்குப் புரிந்தது.

"ஸாரிம்மா"ஒரே ட்ராபிக் ஜாம் அதனால மெதுவாய்த் தான் வர முடிந்தது. என்ன விஷயம்?"

"நீ இல்லாத ரெண்டு வாரமும் உன் வேலையையும் சேர்த்துப் பார்த்து அம்மா படு பிஸியாயிட்டாங்க! நீ எப்ப வருவே எல்லாத்தையும் உன் தலையில கட்டிட்டு ஓடலாம்ன்னு காத்திருக்காங்க!" விளையாட்டாக சொல்லியபடி அம்மாவை அவருக்குரிய நாற்காலியில் உட்கார வைத்தான் வினய்.

"நீ சும்மா இருடா! நீங்க சொல்லுங்கம்மா ஏதாவது முக்கிய விஷயமா? இல்லைனா இவ்வளவு பதட்டப்படமாட்டீங்களே?" பேசிய படியே அம்மாவின் மேஜை நுனியில் உட்கார்ந்தாள் ஹரணி. வினய் அம்மாவின் தோளைப்பிடித்தபடி நின்றிருந்தான்.

அமைதியான சின்னக் குடும்பம். கடந்த ஒரு வருடமாய் அப்பா இல்லாமல் இன்னும் சின்னதாகிவிட்டது. துக்கம் தொண்டையை அடைத்தது. அம்மாவும் அதையேதான் நினைத்தாளோ என்னவோ அவள் கண்கள் மெல்ல கலங்க ஆரம்பித்தன.

"சொல்லுங்கம்மா எனக்கு சஸ்பென்ஸ் தாங்க முடியல!" விளையாட்டாக அம்மாவின் தோள்களைக் குலுக்கினான் வினய்.

"ஹரணி கம்ப்யூட்டர்ஸை விற்று விடலாம் என்று இருக்கிறேன்." அம்மா காந்திமதி

மெல்லிய அழுத்தத்துடன் சொன்னார்.

"அம்மா!" அதிர்ச்சியுடன் எழுந்து நின்றாள் ஹரணி.

"அப்பாவிற்கு அப்புறம் அக்கா எவ்வளவு திறமையா நம்ம கம்பெனியை நடத்திட்டு இருக்கா. விற்க வேண்டிய அவசியமென்னம்மா?" வினய் குழப்பத்துடன் கேட்டான்.

"உன்னுடைய திறமையான அக்காவிற்கு திருமணம் செய்யலாமென்று இருக்கிறேன். அதனால்தான்." ஹரணியின் கண்களைப் பார்த்துச் சொன்னார் காந்திமதி.

"என்னம்மா மாப்பிள்ளை வாசலில் காத்திருக்கிற மாதிரி பேசுகிறீர்கள்?" விஷயத்தை விளையாட்டாக்க முயன்றாள் ஹரணி.

"காத்திருந்தார்தான்! இவ்வளவு நேரம் காத்திருந்து விட்டு இப்போதுதான் போனார்!" காந்திமதி மெல்லிய கோபத்துடன் மகளை நோக்கினார்.

ஹரணியின் முகத்தில் அதிர்ச்சியின் ரேகைகள். புருவத்தை தூக்கி கேள்வியாக அம்மாவைப் பார்த்தாள்.

"ஆமாம்மா அவரை இன்னைக்கு இரவு உணவுக்கு அழைத்திருகிறேன். வீட்டுக்கு வருவதாகச் சொல்லிப் போனார்" என்றபடி ஹரணியின் தோளைத் தட்டிக் கொடுத்து விட்டு எழுந்து போனார் காந்திமதி/

அறை வாசல் வரை நின்றவர் திரும்பி நான் விளையாட்டாகச் சொல்லவில்லை ஹரிணி. நம் நிறுவனத்தை விலைக்கு வாங்க ஆட்களும் தயாராக இருக்கிறார்கள். என்று விட்டு விடுக்கென்று அறையை விட்டு வெளியேறினார்/

3

ஹரணிக்காக காத்திருந்தபடி நாற்காலியில் உட்கார்ந்திருந்தான் கௌதம். காலியாக இருந்த வரவேற்பறை சின்னதாக இருந்தாலும் கச்சிதமாக இளம் பச்சை வண்ணத்தில் அலங்கரிக்கப்பட்டிருந்தது. பளிங்கு போல் தரை மின்னியது. டி. கே. ரமணியின் புல்லாங்குழலிசை மெல்ல மிதந்து வந்தது.

வரவேற்பறையில் தொலைபேசி கிணுகிணுத்தது. ஃபோனை எடுக்க யாருமில்லையே தானே எடுக்கலாமா என்று யோசித்துக் கொண்டிருந்தபோதே அழகான ஒரு இளம் பெண் ஹீல்ஸ் சத்தமிட வேகமாக வந்தாள்.

"ஹலோ" என்றாள் மூச்சிரைக்க, பின் அதே குரலில், "எஸ் ஹரணி .. எஸ் ஐ வில் டூ தட்" என்று பதிலளித்தவளின் பார்வை இவன் மேல் நிலைத்தது.

சட்டென்று எழுந்து ஹரணியின் அறையை நோக்கி நடக்க ஆரம்பித்தான்.

"ஸார், நீங்கள்?'' வரவேற்பு பெண் அவன் பின்னால் வந்தாள்.

"எனக்காகத்தான் மிஸ் ஹரணி காத்திருக்கிறார்கள்", என்று அந்தப் பெண்ணைப் பார்த்தவன் "கவலைப் படாதீர்கள், நீங்கள் உங்கள் சீட்டில் இல்லை என்று நான் சொல்ல மாட்டேன்" என்று அழகாய் முறுவலித்தான்.

வரவேற்புப் பெண் பேச்சிழந்து நிற்க, ஹரணியின் அறைக் கதவைத் திறந்து கொண்டு உள்ளே சென்றான் கௌதம். தன்னுடைய நாற்காலியில் உட்கார்ந்து எழுதிக் கொண்டிருந்த ஹரணி அவனை நிமிர்ந்து பார்த்தாள். வினாடி நேரத்தில் அவள் கண்களில் குழப்பம், வியப்பு, கோபம் எல்லாம் வந்து போயின.

"யார் நீங்கள்? " தோரணையாக கேட்டது அவள் பார்வை.

"நீ உன் தந்தையின் செல்லமான இளவரசி என்றுதான் நினைத்திருந்தேன். ஆனால் இப்போது ஒரு மகாராணியைப் போல பார்வை பார்க்கிறாய்!'' சொல்லியபடியே எதிரிலிருந்த நாற்காலியில் உட்கார்ந்தான்.

"மிஸ்டர்!'' கோபமாக எழுந்த ஹரணி அவன் பெயர் என்று தெரியாமல் அவனை நோக்கினாள்.

"கௌதம்" என்றான் புன்னகை மாறாமல்.

"மிஸ்டர் கௌதம். உங்களுடைய இனிமையான பேச்சில் அம்மாவைப் போல நானும் ஏமாந்து விடுவேன் என்று எண்ண வேண்டாம்!"

"நீங்கள் என்ன சொன்னாலும், எவ்வளவு கொடுத்தாலும் நான் ஹரணி கம்ப்யூட்டர்ஸை விற்பதாக இல்லை."

புன்னகை மாறாமல் புருவத்தைத் தூக்கினான் கௌதம். எரிச்சலுடன் ஏதோ சொல்ல வந்த ஹரணியை தொலைபேசி அழைத்தது.

"ஹலோ விஜயராகவன் சார்!"

"அம்மா ஹரணி கம்ப்யூட்டர்சை விற்க வேண்டும் என்று எண்ணுகிறார். அதைத் தவிர்க்க என்ன செய்ய வேண்டும்? அதுபற்றி நான் உங்களிடம் பேச வேண்டும்."

கையிலிருக்கும் பேனாவை விரல்களில் சுழற்றியபடியே ஹரணி பேசிய அழகை ரசித்தபடியே அவள் பேசுவதில் கவனம் செலுத்தினான் கௌதம். ஹரணியின் பேச்சிலிருந்து அவள் பேசிக் கொண்டிருப்பது அவர்களது குடும்ப வக்கீல் என்பதும் ஹரணி கம்யூட்டர்சை யாரோ விலைக்கு வாங்க முயற்சி செய்வதையும் புரிந்து கொண்டான். அவன் வந்திருக்கும் விஷயம் பற்றி சொன்னால் இந்த ஹரணி என்ன சொல்வாள்? இல்லை அக்கா சொன்ன மாதிரி தலைதெறிக்க ஓடிவிடுவாளா? எப்படியும் இவளைத் திருமணம் செய்து கொள்ள வேண்டும். அதற்காக என்ன வேண்டுமானாலும் செய்யலாம்.

ஹரணியின் தொண்டை செறுமல் அவன் சிந்தனையைக் கலைத்தது.

"மிஸ்டர் கௌதம்! என் தந்தையின் உழைப்பில் வளர்ந்த இந்த கம்பெனியை நான் விற்கப் போவதில்லை! உங்கள் எண்ணம் லிப்ட்டில் பார்த்தபோதே தெரிந்திருந்தால் உங்களுக்கு நேரம் வீணாகியிருக்காது. நீங்கள் போகலாம்!"

"எனக்கு இந்த கம்பெனியை வாங்கும் எண்ணம் கொஞ்சமும் இல்லையே!" தன்னுடைய நாற்காலியில் நன்றாக சாய்ந்து உட்கார்ந்து காலை நீட்டிக் கொண்டான்.

திகைத்து உட்கார்ந்திருந்தாள் ஹரணி. சில வினாடிகளில் தன்னை சமாளித்தவளாய்,

"ஐயம் சாரி! நீங்க யார், உங்களுக்கு என்ன வேண்டும் என்று சொன்னீர்களானால் என்னால் என்ன செய்ய முடியும் என்று பார்க்கிறேன்." அழுத்தமாக பேசியபடியே எழுந்து சென்று ஜன்னலருகில் இருந்த பூச்செடிக்குத் தண்ணீர் ஊற்றினாள்.

"நான் உங்களை திருமணம் செய்து கொள்ள வேண்டும்!"

அவன் சொற்கள் ஹரணியை சிலையாய் நிற்க வைத்தன.

"அடடா தண்ணீரெல்லாம் தரையில் கொட்டுகிறது பாருங்கள்!" என்றபடி எழுந்து சென்று ஹரணியின் கையிலிருந்த சின்ன பூவாளியை வாங்கி தானே செடிக்குத்

தண்ணீர் ஊற்றித் திரும்பினான். ஹரணி அசையாமலிருப்பதைப் பார்த்து விட்டு,

"என்னங்க, இதுவரைக்கும் உங்களை கல்யாணம் செய்து கொள்கிறேன் என்று யாரும் வந்து கேட்டதில்லையா, இப்படி மலைச்சுப் போயிட்டீங்களே!" கிண்டலாக கேட்டான்.

சுய உணர்வுக்கு வந்தவளாய், " அதில்லை .. .."

"உண்மையான சட்டபூர்வமான திருமணம் பற்றித்தான் நான் பேசுகிறேன். சினிமாவில் வர்ற மாதிரி ஓடிப் போகலாமான்னு கேட்கலையே நான்!" பேசியபடியே அவள் அருகில் வந்து நின்றான். அவனுடைய அருகாமை மூச்சு முட்டியதோ என்னவோ வேகமாகத் தன் நாற்காலிக்குச் சென்றாள் ஹரணி.

"நீங்கள் இரவு விருந்துக்கு வீட்டுக்கு வருவதாக அம்மா சொன்னார்கள்."

"அது உங்களை சந்தித்துப் பேசுவதற்காக சொன்னது. இப்போதுதான் சந்தித்துப் பேசியாயிற்றே! நான் இன்னும் ஒரு வாரத்தில் உங்களைத் தொடர்பு கொள்கிறேன். நீங்கள் அப்போது உங்கள் முடிவைச் சொல்லுங்கள்" என்று சொன்னவன் அதே வேகத்தில் அறையை விட்டு வெளியேறினான்.

அத்தியாயம் 3

அலுப்பும் அழுக்குமாக உள்ளே நுழைந்தாள் ஹரணி. மனம் கனத்து இருந்தது. மெரினாவில் ஜல்லிக்கட்டு போராட்டத்தில் அடை உதவி வாங்கிய ஹரிணி நிறுவனத்தில் வேலை செய்யும் பணியாளர்களை மருத்துவ மனையில் சந்தித்து விட்டு வந்ததால் வீடு வர மணி எட்டாகிவிட்டது. முன்னறையில் வினய் டிவி பார்த்தபடி உட்கார்ந்திருந்தான்.

விளையாட்டாக அவன் தலையில் தட்டினாள் அக்கா. வினய் திரும்பிப் பார்த்தான். அவளைப் பார்த்ததும் டிவியை அணைத்து விட்டு சி டி பிளேயரை ஓட விட்டான். புதிய படத்தின் பாடல் ஒன்று.

"உக்காருக்கா" சோபாவைத் தட்டினான்.
"கொஞ்சம் வெயிட் பண்ணு, குளிச்சிட்டு வந்திடுறேன்"

"பாம்பேயில் கம்ப்யூட்டர் அனிமேஷன் வைத்து ஒரு படம் தயாரிக்கப் போகிறார்களாம் அதற்கான காண்ட்ராக்ட் கிடைத்து இருக்கிறது. இன்னும் இரண்டு வாரத்தில் நாம் அவர்களுக்கு ஒரு சின்ன சிடி தயார் செய்து காட்ட வேண்டும். விவரங்களைப் படிச்சிட்டு இரு" கையிலிருந்த காகித கட்டை அவன் மடியில் வீசிவிட்டு படியேறி ஓடினாள். குளித்து விட்டு கரும் பச்சை நிறத்தில் சுரிதார் அணிந்து கீழே இறங்கி வந்தாள்.

"மணி சாப்பிட எடுத்து வை நேரமாகி விட்டது" அம்மாவின் குரல் கீழே கேட்டது.
பாவம் அம்மா கௌதம் வரப் போகிறான் என்று காத்திருந்து ஏமாறப் போகிறாள். அதுவும் நல்லதுதான். இனி இந்த மாதிரி திருமணப் பேச்சை எடுக்க மாட்டாள். மனதுக்குள் எண்ணிய படியே தம்பியின் அருகில் உட்கார்ந்தாள்.

"என்ன வினய்? என்ன நினைக்கிறாய்?"

"சூப்பர் அக்கா,! நான் ஜமாய்ச்சிடுறேன் பார்" ஆர்வமாகவும் நம்பிக்கையாகவும் சொன்னான்.

தம்பி ஆர்வமாகப் பேசுவதை ஆசையாய் பார்த்தாள் ஹரணி.

"கம்பெனி நம்ம கையில் இருக்கிறவரை என்னோட கிரியேட்டிவிட்டிக்கு முழு சுதந்திரம் கிடைக்கும் ஆனால்" .. .. நிமிர்ந்து அக்காவைக் கவலையோடு பார்த்தான் வினய்

"கவலைப் படாதேடா" தோளில் தட்டிக் கொடுத்தாள்

"லேட்டாக வருவது என்பதை பழக்கமாக்கிக் கொள்ளலாம் என்று இருக்கிறாயா?" அம்மாவிம் குரல் கேட்டுத் திரும்பினாள்

"உன்னைப் பெண் பார்க்க ஒருவர் இன்று வருகிறார் என்று காலையிலேயே சொல்லி யிருந்தேனே"

" அம்மா " என்றவளைத் தன் கையை உயர்த்தி அவள் பேசுவதை நிறுத்தினார் காந்திமதி

"இதோ பார் ஹரணி உனக்கு ஒரு நல்ல வாழ்க்கை அமைத்துக் கொடுப்பது என் கடமை. அதுவும் அப்பா இறந்த பிறகு என்னுடைய பொறுப்பு இரட்டிப்பாகிறது. இதை புரிந்து கொண்டு நீ நடந்து கொள்ள வேண்டும்" கோபமாக சொல்லிவிட்டு விறுவிறு என்று உள்ளே போய்விட்டார்.

"இன்று கௌதம் வரப்போவதில்லை" வாய் வரை வந்த வார்த்தைகளை அப்படியே விழுங்கிக் கொண்டாள்.

"அக்கா அம்மா உன் திருமணத்தில் ரொம்ப பிடிவாதமக இருக்கிறார்கள்

நீ என்ன செய்யப் போகிறாய்?" காதருகில் கேட்டான் வினய்

"கௌதமைப் பிடிக்கவில்லை என்று சொல்லி விட வேண்டியதுதான்" தோளைக் குலுக்கிச் சிரித்தாள்

"அக்கா இது விளையாட்டில்லை. நம் கம்பெனி இன்னொருவரிடம் செல்வதில் எனக்குக் கொஞ்சமும் விருப்பமில்லை" கவலையாகச் சொன்னான் வினய்

"ஏன் வினய் நீ எடுத்து நடத்த வேண்டியது தானே? இப்படி கவலைப் படுகிறாயே?"

"எனக்கும் மானேஜ்மெண்ட்டுக்கும் ரொம்ப தூரம் என்று உனக்குத் தெரியாதா அக்கா? நம் கம்பனி இவ்வளவு தூரம் வளர்ந்ததிற்கு காரணமே நீயும் அப்பாவும்தான். நான் வெறும் கிரியேட்டிவிட்டி டைரக்டர்தான்"

"நாம் நம்ம கம்பெனியை வாங்க முயற்சிப்பவர்களிடமும் விற்க முடியாது என்று சொல்லிவிடலாம் கவலைப் படாதே" தம்பியைத் தேற்றினாலும் கண்டிப்பான அம்மாவின் முன்னால் எதுவரை சாத்தியம் என்ற கேள்வி ஹரணிக்குள் எழுந்தது.

அத்தியாயம் 4

"கௌதம்" பழைய டயர்களை அடுக்கிய படியே அப்பா அழைத்தார்.

"என்னப்பா?" தலையை நிமிர்த்தாமலே கேட்டான். கை கணக்கை எழுதிக் கொண்டிருந்தது.

"மதுரா முன்னாலே பேச முடியலை அதான் இங்கேயே பேசலான்னு நினைச்சேன்" அப்பாவின் குரலில் கவலை.

"என்னப்பா கவலை? அக்கா பேசுவதையெல்லாம் பெரிசா எடுத்துக்கலாமா?"

"அண்ணே! கியர் போட முடியலை. கிளட்ச்சை எடுத்தாலும் கார் நகர மாட்டேங்குது. கொஞ்சம் பாருங்கண்ணே. வண்டி கேரளாவிலெர்ந்து வருகிற வழியில் மக்கர் பண்ணுது" வாசலிலிருந்து குரல் வந்தது. கவலையாக ஒருவர் நின்று கொண்டிருந்தார்.

எழுதிக் கொண்டிருந்த நோட்டை மூடி விட்டு எழுந்து சென்றான் கௌதம். ஒருவெள்ளை அம்பாசிடர் ஒர்க் ஷாப் முன்னால் நின்றிருந்தது. சபரி மலைக்குப் போய்க் கொண்டிருக்கும் அடையாளம் வண்டி முழுக்கத் தெரிந்தது. வண்டியிலிருந்த ஐந்து பேரும் வெளியே நின்றிருந்தார்கள். மலைக்குச் சென்று கொண்டு இருக்கிறது என்று பார்த்தவுடனே தெரிந்தது.

"எங்கே இருந்து வண்டி வருது சாமி?' பொதுவாக கேள்வியைக் கேட்டான்.

"மதுரையிலிருந்து தம்பி" நின்றிருந்த ஒருவர் பதில் சொன்னார்.

"நான் பார்க்கலாங்களா? டிரைவர் பக்கம் கதவைத் திறந்து கொண்டு உட்கார்ந்தான். கிளட்சைப் போட்டு கியர் போடப் பார்த்தான். முடியவில்லை. காலைக் கிளட்சிலிருந்து எடுத்ததும் கருகிய வாசனை வந்தது. சீட்டிலிருந்து வெளியே வந்தான்.

கிளட்ச்சு போயிருக்குன்னு நினைக்கிறேன்", வண்டியை எல்லோரும் சேர்ந்து தள்ளி ஒர்க் ஷாப்பிற்குக்

கொண்டு வந்தனர். கௌதம் வண்டியைச் சோதிக்க ஆரம்பித்தான்.

"சார் நான் நினைச்ச மாதிரியே கிளட்ச்சு போயிடுச்சு! புதுசுதான் போடணும்"

"என்ன பண்றதுங்க தம்பி?"

"புதுசு போட்டிடலாம். ஒரு இரண்டு நாளாவது ஆகும்"

"மலைக்குத் தான் போகணும். ஏதாவது பண்ண முடியுமான்னு பாருங்க தம்பி. "அப்படியே நான் நிறுத்தாம வேலை செஞ்சாலும் கார் ரெடியாக ராத்திரி ஆயிடுங்க".

நின்றிருந்தவர்கள் எல்லோரும் கையைப் பிசைந்தனர்.

"டேய் தாயம்மாக்கா கிட்டே டாக்ஸி கிடைக்குமான்னு பார்" கடையின் எடுபிடியை ஏவினான்.

"டாக்ஸி மதுரைக்கு காலம்பறையே போயிடுச்சுன்னு நினைக்கிறேன்", என்ற கௌதமின் அப்பா "டேய் எல்லாரையும் நம்ம வீட்டுக்கு கூட்டிட்டுப் போ பசியாறட்டும்" என்றவர்.

அங்கே நின்றிருந்தவர்களைப் பார்த்து, "நம்ம வீட்டுக்குப் போய் களைப்பாறுங்க. அம்மன் கோயில் பூஜை சாயந்திரம் ரொம்ப நல்லாயிருக்கும் பார்த்துட்டு ராத்திரிக்கு கிளம்பிடலாம்".

பசியோ, பஸ்ஸில் போக விருப்பமில்லையோ வந்தவர்கள் எடுபிடியுடன் நடக்க ஆரம்பித்தனர்.

"என்னப்பா இது? தீடீர்ன்னு வந்து ஆளுங்க நின்னா அக்கா கோவப்படாதா?"

"அம்மாவுக்கும் மதுராவுக்கும் இது பழக்கம் தான். கவலைப் படாதே"

"உன் கிட்ட கொஞ்சம் தனியா பேசணும். அதுதான்."

காலியான ஒற்றை ஸ்டூலில் உட்கார்ந்தார்.

"என்ன பேசணும் சொல்லுங்க" வேலையில் ஆழ்ந்தான் கௌதம்.

"வீட்டை விற்க வேண்டிய நிலை வந்திடுமோன்னு"

"வீட்டை விற்க வேண்டிய தேவை நமக்கு வராது. எனக்கு நம்பிக்கையிருக்கு"

"இல்லைப்பா மதுரா சொல்றதிலும் நியாயம் இருக்குதோன்னு எனக்குப் படுது. சித்ரா டெலிவரியை நினைச்சால் பயமா இருக்கு. ஒண்ணுகிடக்க ஒண்ணு ஆயிப் போயிடுச்சுன்னா சம்பந்தியம்மா சும்மா விடுவாங்களா?உன் கல்யாணம் வேற"

"நான் சித்ரா மாப்பிள்ளைகிட்டே பேசிட்டேன். சித்ராவை நானே இரண்டு நாளில் மதுரைக்குக் கூட்டிட்டுப் போய் அவர் சொன்ன மாதிரி ஜவஹர் ஹாஸ்பிட்டலிலிலேயே அட்மிட் செய்யலாம்ன்னு இருக்கேன்"

"ஒரு மாததிற்கு மேலே ஆஸ்பத்ரின்னா? செலவு?"

"பரவாயில்லைப்பா. எனக்கு மெட்ராசில் வேலையிருக்கு. நடுவில் சித்ராவிற்கு எதுவும்ன்னா நான் உதவிக்கு இங்கே இருக்க மாட்டேன் அதனால் நீங்க இங்கே ஷாப்பைப் பார்த்துகிட்டா நான் போய் வேலையை முடிச்சுட்டு வந்து விடுவேன்"

மகன் வேலையில் கவனத்தைப் பதிக்க அவனையே பெருமையாகப் பார்த்தபடி உட்கார்ந்திருந்தார் தந்தை.

என்ன செய்யப் போகிறான் என்று சொல்ல மாட்டான் பிள்ளை. ஆனால் எல்லாருக்காகவும் யோசித்துத் தான் செய்வான்.

அத்தியாயம் 5

"என்ன தம்பி இது? வாசலில் வண்டியை நிற்க வைத்து விட்டு, சித்ராவை மதுரைக்குக் கூட்டிட்டுப்போன்னு திடீர்ன்னு சொல்ற?"

" இல்லை அக்கா எனக்கு மெட்ராஸில் வேலை இருக்கு. அதுவும் இல்லாம சித்ரா உடல் நிலைக்கும் அதுதானே நல்லது"

" சரிதான், முதல் பிரசவம், நாம்தான் ஜாக்கிரைதையாக இருக்கணும்." பேசியபடியே சாமான்களை எடுத்து வைக்க ஆரம்பித்தாள். மதுரா.

சித்ரா வயிறு உப்பிய படி படுத்திருந்தாள், "அப்படி என்ன அண்ணா மெட்ராஸில் தீடீர் வேலை?"

"*port*-ல ஒரு சாமனை எதிர்பார்த்துட்டு இருக்கேன். இரண்டு மாதமா ம்ழையும் வெள்ளமுமா இருக்கு அதனாலே ஒரு வேலையும் நடக்கலே. அதுதான் திரும்பிப் போகணும்"

அவனை நம்பாதவளாய்ச் சித்ரா சிரித்தாள் "போயிட்டு இரண்டு நாளில் வர வேண்டியதுதானே, எதுக்கு ஒரு மாசம்?"

தங்கையை முறைத்தான். ஹரணி பற்றிச் சொல்லவா முடியும்?

“உம் உன்னைக் கொண்டு போய் ஆஸ்பத்ரியியிலே படுக்க வைக்க காரணம் சொல்ல வேண்டாமா? நாங்க உன்னைய இங்கேயே வச்சிருந்தா சம்பந்தியம்மா எங்களை மென்னு துப்பிட மாட்டாங்களா? தங்கைக்கு பதில் சொல்லிய படி தங்கையின் பெட்டியை வாசலுக்கு கொண்டு வந்தாள் மதுரா.

"மெட்ராஸ் போனா, வக்கீல் சாரையும் பார்த்திட்டு வாப்பா!" அம்மா சாப்பாட்டுக் கூடையை அவனிடம் நீட்டிய படி சொன்னாள்.

"கண்டிப்பாப் பண்றேம்மா" சொன்னவன் வேகமாக வெளியே போனான்.

"சித்ராக் கண்ணு, ஆஸ்பத்திரிலே தானேன்னு அப்படியே படுத்துக் கிடக்காதே, நடந்து கிட்டே இரு; அப்பத்தான் பிரசவம் நல்லா முடியும்."

"மதுரா, டாக்டர் ஏதாவது சொன்னாச் சீனு கிட்ட சொல்லி விடு; நான் அப்பாவை அனுப்புறேன்".

"என்னவோ, தம்பி இந்த நேரம் பிடிவாதமா மெட்ராஸ் போவணுன்னு நிக்குது. இல்லைனா இன்னும் ஒரு பத்து நாள் கழித்தே மதுரைக்குப் போகலாம்."

"அடப் போம்மா எப்படா வயறு சுமை இறங்குமோன்னு இருக்கு? என் காலை நான் பாத்து எவ்வளவு நாளாச்சு தெரியுமா?" சிரித்தபடி, கட்டிலை விட்டு இறங்கி நடந்தாள் சித்ரா. அவளை அம்மா தொடர இருவரும் வாசலுக்கு வந்தனர்.

கௌதம் வாசலில் நின்று தந்தையுடன் பேசிக் கொண்டிருந்தான். "அப்பா சித்ராகிட்டே இருந்து தகவல் வந்ததும் நீங்க போய்ப் பார்த்துடுங்க. என் வேலையை அங்கேயே இருந்து முடிச்சிட்டா வசதியாய் இருக்கும். அப்படித் தேவையின்னா நான் உடனே வந்துவிடுவேன்." சொன்னவன் சகோதரிகளை வண்டியில் ஏற்றிவிட்டுத் தானும் முன்னால் டிரைவருடன் ஏறிக் கொண்டான்.

வண்டி ஊர்ந்து ஊருக்கு வெளியே வந்தது.

"என்ன அண்ணா பிரசவம் முடிஞ்ச உடனே நீ மெட்ராஸுக்குக் கிளம்ப வேண்டியது தானே, இப்ப என்ன அவசரம்?"

"மக்கு, அங்கே உன் மாப்பிள்ளை உன்னைப் பார்க்கத் துடிக்கிறார்; நீ ஆஸ்பத்திரியில் இருந்தால் அவருக்கு வசதிதானே?"

"மாமியார் தொந்தரவு இல்லாம, கொஞ்சம் பேசிக்கலாம்ன்னு நினைச்சு இருப்பார்" என்றாள் மதுரா.

சித்ரா முகம் சிவந்தாள்.

கௌதம் தன் யோசனையிலிருந்தான். ஹரணியுடன் இரண்டு முறை பேச முயற்சி செய்தும் முடியவில்லை. அவள் இவனிடம் பேசுவதை வேண்டுமென்றே தவிர்கிறாளா என்று இவனுக்குத் தெரிய வேண்டும். அவனுக்குத் துறை முகத்திலும் ஒரு வேலை இருக்கிறது. ஜெர்மனியிலிருந்து அவனுக்குத் தேவையான் சில உதிரிப் பாகங்கள் வருகின்றன. அது பற்றியும் விசாரிக்க வேண்டும்.

"சீனு நீங்க என்னை இரயில்வே ஸ்டேஷனில் இறக்கி விட்டு விட்டு ஆஸ்பத்திரியிலேயே இருங்க, அக்காவிற்கு உதவியாய் இருக்கும்"

" சரிங்கண்ணே"

"அக்கா நீ வேணுமின்னா காரிலேயே கோயம்புத்தூர் போயிட்டு வந்திடு."

"சித்ராவைத் தனியா விட்டுவிட்டுப் போனா நல்லாயிருக்காது, அதெல்லாம் அப்புறம் பாத்துக்கெல்லாம்."

அக்காவைத் திரும்பிப் பார்த்தான் கௌதம். அக்காவிற்கு ஏனோ கோவை செல்வதென்றால் அவ்வளவு பிடிக்காது, அத்தானுடன் வந்தால் மட்டுமே அவர் அம்மா

அப்பாவைப் பார்க்கப் போவாள். தனியாகப் போய்த் தன் புகுந்த வீட்டு மனிதர்களைப் பார்ப்பதை அவள் எப்படியாவது தவிர்ப்பாள்

".என்னடா?" அக்கா முறைத்தாள். புன்னகையைப் பதிலாகக் கொடுத்து விட்டுக் கார் போகும் பாதையில் கவனம் செலுத்தினான்.

ஹரணியும் அக்காவும் சந்தித்துக் கொண்டால் எப்படி இருக்கும்? முகம் சிரிப்பால் விரிந்தது.

"என்னண்ணே?" டிரைவர் கேட்க, புன்னகை மாறாமல் ஒன்றுமில்லை என்பது போலத் தலையசைத்தவன் ஹரணியின் நினைவில் சுற்றுப்புறத்தை மறந்து போனான். தனக்குள் எதையோ எண்ணிச் சிரித்துக் கோண்டான். டிரைவர் அவ்வப்போது தன்னை வினோதமாகப் பார்ப்பது அவன் கவனத்திற்குத் தப்பியது.

மருத்துவமனை முன் வண்டி நின்றதும் தமக்கைகளுக்கு வேண்டிய வசதிகளைச் செய்து கொடுத்தான். சித்ராவின் கணவன் மூர்த்தியும் மாலை அங்கு வர, இரயில் ஏறக் கிளம்பினான். டிரைவரும் மூர்த்தியும் அவனை வழி அனுப்ப வந்தனர்.

"தப்பா நினத்துக் கொள்ளாதீர்கள் மூர்த்தி, இப்படித் தனியாகச் சித்ராவை விட்டுவிட்டுச் செல்வதாக" தங்கை கணவனிடம் சொன்னான்.

"அப்படியெல்லாம் ஒன்றுமில்லை கௌதம், எனக்கு இப்போதுதான் நிம்மதி" டெலிவெரி முடிந்தவுடன் கூட சித்ரா இங்கேயே தங்கிட்டா நல்லாயிருக்கும்; சித்ரா கேட்க மாட்டேங்கறா, அத்தை மட்டும் எப்படி பார்த்துக் கொள்ளுவார்கள் சொல்லுங்கள்?"

"கவலைப் படாதீங்க சார், அண்ணன் சீக்கிரம் ஒரு அண்ணியைக் கூட்டிட்டு வந்துடுவார்" இடையில் புகுந்த சீனு கிண்டலாய்க் கௌதமைப் பார்த்தான்

அத்தியாயம் 6

ஹரணி வேகமாக நடக்க, அவளுடன் கூடவே வினயும் நடந்தான்.

"விஜயராகவன் எப்ப வருவார்ன்னு தெரியுமா வினய்?"

"கொஞ்சம் லேட்டாயிடுச்சு வந்து கிட்டே இருக்கேன்னு இப்போதுதான் ஃபோன் வந்தது. அக்கா நீ ஏன் இப்படி டென்ஷனாக இருக்கிறாய்?"

பதில் சொல்லாமல் நடந்தாள் ஹரணி. இன்று காலையில் கூட கௌதம் அவளுக்கு ஃபோன் செய்திருக்கிறான். இதோடு மூன்று முறை.

"அக்கா"

"யாரோ கே.டி. ரெட்டியாம், அவர் நம்மைப் பார்க்க வேண்டும் என்று கான்பரன்ஸ் ரூமில் காத்திருக்கிறார். அவரிடம்தான் அம்மா ஹரணி கம்ப்யூடர்ஸை விற்க ஒத்துக் கொண்டு இருக்கிறார்களாம்."

"என்ன, விற்க ஒத்துக் கொண்டார்களா? நமக்குத் தெரியாமலா?"

தம்பியைத் திரும்பி தீர்க்கமாகப் பார்த்தவள் கதவைத் திறந்து கொண்டு அறைக்குள் நுழைந்தாள்.

அவளுக்காக இருவர் காத்திருந்தனர். வந்திருந்தவர்களில் ஒருவர் பெரியவர் வழுக்கைத் தலையும் பெரிய தொந்தியுமாக இருந்தார். கைகளில் மின்னிய வைர மோதிரங்கள் அவரது பணப் புழக்கத்தை எடுத்துக் காட்டின. அவர் பக்கத்தில் இருந்தவன் இளைஞன். கௌதம் வயதுதான் இருக்கும்.

"ஜெண்டில் மென்" என்ற படி அறையைக் கடந்து அவர்களிடம் சென்று கை குலுக்கினாள். வினய்யும் அவளைத் தொடர்ந்து கை குலுக்கினான்.

கதவைத் திறந்து கொண்டு காந்திமதியும் அவர் பின்னால் வக்கீல் விஜயராகவனும் உள்ளே வந்தனர். விஜயராகவனைத் தொடர்ந்து கௌதம் உள்ளே வந்தான்.

கேள்விக் குறியாகப் புருவத்தைத் தூக்கிய ஹரணி அழுத்தமாகத் தன் இருக்கையில் போய் உட்கார்ந்தாள்.

"கம்பெனியை வாங்க எல்லா ஏற்பாடுகளும் செய்து கொண்டு வந்திருக்கிறோம். இன்று நல்ல நாள், கையெழுத்து போட்டால் நன்றாக இருக்கும்". பவ்யமாகச் சொன்னார் அந்த அப்பா ரெட்டி.

"என்ன சார், விற்பது பற்றி ஒரு ஒப்பந்தமும் செய்யவில்லையே, இப்படித் திடீரென்று வந்து நின்றால் எப்படி?" விஜயராகவன் கேட்டார்.

"அந்த அம்மா தான் விற்க ஒத்துக் கொண்டார்களே?" சின்ன ரெட்டி காந்திமதியைக் கை நீட்டிக் காட்டினான்.

கோபமாக எழுந்த வினயைப் பார்வையில் அடக்கினாள் ஹரணி.

"விற்பதைப் பற்றி யோசிப்பதாகத் தான் சொன்னேன். விற்பதாகச் சொல்லவில்லை" என்றார் காந்திமதி "

எல்லாம் ஒன்றுதான். என்ற ரெட்டியை வார்த்தையால் வெட்டினாள் ஹரிணி

மிஸ்டர் ரெட்டி உங்களுக்கு விற்பதில் எங்களுக்குச் சம்மதம் இல்லை"

"என்னம்மா, பொம்பளை நீ இதை என்ன நல்லா நடத்த முடியுமா? என் பையன் அமெரிக்காவில் படிக்கிறான், இவன் உன் அப்பனைவிட இந்தக் கம்பெனியை நல்லா நடத்துவான்"

குறை குடம் தழும்பியது. நாற்காலியில் வசதியாகச் சாய்ந்து உட்கார்ந்தாள் ஹரணி.

"ஹரணி கம்ப்யூட்டர்ஸ் விற்பனைக்கு அல்ல", நிதானமாக அழுத்தமாக வந்தது அவள் குரல்.

"என்ன மேடம் தண்ணி காட்றீங்களா? எழுந்து நின்றான் சின்ன ரெட்டி.

"நீங்கள் எங்களை ஏமாற்றுவதாகப் பத்திரிக்கைக்குப் பேட்டிக் கொடுத்தால் என்ன ஆகும் தெரியுமா?" சின்ன ரெட்டி பயமுறுத்தும் வகையில் கைகளை வீசிப் பேசினான்.

"உங்க கம்பெனி பேர் நாறிப் போகும். எங்களை வாங்கிக்கச் சொல்லி நீங்க கெஞ்சுற வரைக்கும் உங்கள் பெயரைச் சந்தி சிரிக்க வைக்க எங்களால் முடியும்".

அவன் ஆத்திரதோடு பேசுவது ஹரணிக்கு அருவருப்பைத் தந்தது. தன்னையறியாமல் கௌதமை நோக்கி அவள் பார்வை சென்றது. அவனும் அதே நேரத்தில் அவளைப் பார்த்தான் புன்னகைத்தான்.

"மிஸ்டர் ரெட்டி நீங்க பத்திரிக்கைக்குப் பேட்டி கொடுக்கிறதுக்கு முன்னால் இன்று மாலை தொலைக்காட்சியைப் பார்த்து விட்டுப் பேட்டி கொடுங்க, ஜல்லிக்கட்டுப் போராட்டத்திலும் போன வருடம் வெள்ளத்திலும் ஒரு பெண் நடத்தும் இந்த நிறுவனம் செய்து இருக்கும் தொண்டுகளை பாராட்டிப் பேசினார்கள். அடுத்து ஹரிணி நிகணினி நிறுவனம் செய்யப் போகும் திட்டங்களை அறிவிக்கப் போவதாக அங்கு பேட்டியில்

கூறியுள்ளேன். அதற்குப் பிறகு நீங்கள் கொடுக்கும் எந்த பேட்டியும் சிறு பிள்ளைத்தனமாகத்தான் தெரியும்"

அசையாமல் உட்கார்ந்தபடியே, நின்றிருந்தவனை வார்த்தைகளால் அடக்கினாள் ஹரணி.

"இந்தக் கம்பெனி நல்ல முறையில் செயல்படுகிறது என்பதற்குக் காரணம் எங்கள் குடும்பத்தினரின் கடுமையான உழைப்பும், வாடிக்கையாளர்களின் நல்லெண்ணமும்தான். இவை இரண்டையும் உங்களால் விலை கொடுத்து வாங்க முடியாது, நீங்கள் போகலாம்" என்றவள் அழைப்பு மணியை அழுத்தி ப்யூனை அழைத்தாள்.

"இவர்களை வாசல் வரை கூட்டிச் சென்று விடு. ஒரு வார்த்தை பேசினாலும் உள்ளே வந்து கலாட்டா செய்வதாக போலீசில் புகார் செய்து விடு".

"நீங்கள் போகலாம்" என்று அப்பா ரெட்டியைப் பார்த்துக் கூறியவள் ப்யூனை ஏறிட்டுப் பார்த்தாள்.
"அவர்கள் கார் ஏறும் வரை கூடவே இரு. காரில் வரவில்லை என்றால் டாக்ஸி ஏற்பாடு செய்து அனுப்பி வை. செலவுக்கான பணத்தை கேஷியரிடம் இருந்து வாங்கிக் கொள்".

ஹரணியில் குரலில் இருந்த கண்டிப்பும். காந்திமதி அம்மாவின் கவலையான முகமும் பிரச்சனையின் தன்மையை ஓரளவு உணர்த்த ப்யூன் விசுவாத்துடன் தலையாட்டினான்.

ஒரு ப்யூனால் தங்களை அவமானப் படுத்தி விடுவாளோ என்ற பயந்த ரெட்டி அறையில் இருந்தவர்களை முறைத்தவாறே வெளியேறினார். அவரது மகனும் அவரைத் தொடர்ந்தான். கௌதமிற்கு ஒரு சின்ன சலாமைப் போட்ட படி ப்யூன் வெளியேறினான்.

"ஸோ" என்றபடி அறையில் இருந்தவர்களைப் பார்வையால் கேள்வி கேட்டாள் ஹரணி.

அத்தியாயம் 7

சூப்பர் அக்கா" பாராட்டும் விதமாய் வினய் அவளை நோக்கி எழுந்து வந்தான்.

"ஹரணி நான் ஏதோ சரியான முடிவு எடுப்பதாகக் குழப்பத்தை ஏற்படுத்தி விட்டேன்", குற்ற உணர்வோடு காந்திமதி அதே நேரத்தில் பேசினார்.

"இதோடு இவர்கள் தொல்லை முடிஞ்சிடுச்சுன்னு நாம நினைக்கக் கூடாது" கவலையோடு சொன்னார் விஜயராகவன்.

ஒரே நேரத்தில் அறையில் இருந்தவர்கள் பேசினார்கள். கௌதம் மட்டும் அமைதியாக இருந்தான்.

ஹரணி கௌதமைப் பார்த்தாள். அவன் ஏதும் சொல்லாமல் புன்னகை மாறாமல் அவளையே பார்த்துக் கொண்டிருந்தான். இவளும் தன் கண்ணை விலக்கவில்லை.

"வக்கீல் சார் உங்க கூட வந்தவரை நீங்க அறிமுகப் படுத்தவில்லையே?"

"இதுதான் கௌதம் உன்னை.." அறிமுகம் செய்ய வந்த தாயைக் கையால் அடக்கினாள். அவள் பார்வை விஜயராகவனைப் பார்த்தது.

"இது கௌதம். நம்ம வாசு சார்தான் இவரைப் படிக்க வைத்தது. உங்க அப்பாவோடு நெருங்கிய பழக்கம் இவர் சொல்லித்தான் அப்பா உன்னை பாஸ்டனுக்கு படிக்க அனுப்பினார்".

"இவர் உங்களோடு வந்ததன் காரணம்?"

"பிரச்சனைன்னு தெரிந்தவுடனே தம்பியும் இருந்தா நல்லதுன்னு பட்டது. அதான் என்னைப் பார்க்க வந்த தம்பியைக் கையோட கூட்டிட்டு வந்துட்டேன்".

வக்கீல் மட்டுமல்ல குடும்ப நண்பர் என்ற முறையில் அவர் எடுத்துக் கொண்ட உரிமையை மறுக்க முடியாதவளாய் ஒரு நிமிடம் மௌனமானாள். அப்பாவிற்கு வேண்டப் பட்டவன், நம்பிக்கைக்கு உரியவன் என்றால்... இவனே அன்று கூட எதோ அப்பாவைப் பற்றி சொன்னான், யோசிக்க இப்போது நேரமில்லை தன் தாயைப் பார்த்தாள்.

"இப்ப என்னம்மா செய்யலாம்? நீங்க ஏன் நம்ம கம்பெனியை விற்க முடிவு செய்தீர்கள்? யாரையும் கலந்து கொள்ள முடியாமல் உங்களுக்கு என்ன குழப்பம்?"

"ஹரணிம்மா, இந்த ரெட்டி உன் அப்பாவிடமே இரண்டு தடவை விற்கச் சொல்லிக் கேட்டார். வாசு மறுத்து விட்டான். போன வருடம் திரும்பவும் வந்து என்னைப் பார்த்தனர். நான் மறுத்ததும் அம்மாவை அணுகியிருக்கலாம்" என்றார் விஜயராகவன்.

"அது சரி அங்கிள், அம்மா விற்க முடிவு செய்யக் காரணம்?" வினய் தாயைப் பார்த்துக் கேட்டான்

"தினமும் இங்கு வந்து உட்கார்ந்தால் அப்பாவின் இழப்பை மறக்க முடியவில்லை, ஹரணியோ இந்தக் கம்ப்யூட்டர்ஸ் மட்டும்தான் வாழ்க்கை என்று ஓடிக் கொண்டு இருக்கிறாள். அப்பா போல ஹரணியும் இந்த நிறுவனத்திற்கு அடிமையாகி விடுவாளோ என்றுதான்."

"அம்மா யாராவது இதை நடத்தித்தானே ஆக வேண்டும்? எனக்கு இது மிகவும் பிடித்து இருக்கிறது,

கவலைப் படாதீர்கள்" என்ற ஹரணி எழுந்து சென்று அம்மாவின் தோளை அழுத்தினாள்.

"உங்களுக்குக் கஷ்டமாய் இருந்தால் நீங்கள் இங்கு வர வேண்டாம்."

"வீட்டில் தனியாக இருந்து அழுது கொண்டிருக்க சொல்கிறாயா?" சொல்லும் போதே அவர் குரல் தழுதழுத்தது.

"அப்பா வளர்த்த இந்தக் கம்பெனியையும் விற்றுவிட்டால் அப்பாவை ஒரேடியாக இழந்ததாக காதா?" அம்மாவைத் தேற்றத் தெரியாமல் நின்றாள் ஹரணி.

"நீங்கள் இதை விற்றுவிட்டால் மட்டும் இழப்பு இல்லை என்று ஆகிவிடுமா ஆண்ட்டி?" முதல் முறையாக பேசினான் கௌதம்.

"ஹரணி கம்ப்யூட்டர்ஸ் இருக்கும் வரை ஹரணி திருமணம் பற்றி யோசிக்க மாட்டாள். வினய்க்கு ஹரணி அளவு நிர்வகிப்பதில் திறமை இல்லை. அவனுக்கு விருப்பமும் கிடையாது."

"அதற்காக அப்பா கட்டிய இந்தக் கோட்டையைக் காற்றில் கரைய விடுவதா? ஹரணி கம்ப்யூட்டர்ஸ் என்றால் இந்தியாவிலும் வெளிநாடுகளிலும் என்ன பெயர் தெரியுமா?" சூடாக வெடித்தாள் ஹரணி.

"ஆமாம்மா, தொழிலில் சுதந்திரம் ரொம்ப முக்கியம். நீங்கள் இதை விற்றுவிட்டால் என்னால் வேறு எவர் கீழேயும் வேலை செய்ய முடியுமா என்பது சந்தேகம்தான்". வினய்யும் அக்காவோடு சேர்ந்து கொண்டான்.

தான் பெற்ற பிள்ளைகளைப் பார்த்தார் காந்திமதி. அடிபட்ட குழந்தையைப் போலத் தெரிந்தார்; என்ன செய்வது என்று அவருக்குத் தெரியவில்லை.

"ஹரணி தான் இதை நிர்வகிக்க வேண்டும் என்பது இல்லையே?" கௌதம் காந்திமதியைக் கேட்டான்.

"என்ன தம்பி சொல்கிறீர்கள்? புரியவில்லை".

"ஹரணி கம்ப்யூட்டர்ஸ் ஒரு தனி மனித சொத்து. அதை ஒரு பிரைவேட் லிமிடட் கம்பனியாக மாற்றி விட்டால் ஒருவரே நிர்வகிக்கத் தேவையில்லை; கூட்டாக நிர்வகிக்க முடியுமே."

அனைவரும் அவனை ஆச்சரியமாகப் பார்த்தனர்.

"கௌதம் சொல்வதும் சரிதான். பிரைவேட் லிமிடட் கம்பெனியாக்கிவிட்டால் போர்ட் ஆஃப் டிரைக்டஸ்ர்களை வைத்துக் கம்பனியை நிர்வகிக்கலாம். தொழிலும் வேறு கைக்குப் போகாமல் காப்பாற்ற முடியும். நானே இதை உங்களுக்குச் சொல்லியிருக்க வேண்டும்" என்றார் விஜயராகவன்.

"அப்படியும் இது சிறு பிள்ளைகளின் தலையில் தானே வேறு விதமாகச் சுமையாகிறது?" என்றார் காந்தி மதி.

"ஆனால் ரெட்டி போன்றவர்களைப் பற்றிக் கவலையில்லாமல் சுமையைப் பங்கு போட்டுக் கொள்ளலாமே?" கௌதம் விஜயராகவனைத் துணைக்கு அழைப்பது போல் பார்த்தான்.

"அப்படிச் சுமையைப் பங்கு போட்டுக் கொள்ள யார் இருக்கிறார்கள்? " ஹரணி கௌதமைப் பதில் கேள்வி கேட்டாள்.

"உங்களுக்குச் சம்மதமானால் நான் இருக்கிறேன்" சொன்ன கௌதமின் பார்வை ஹரணியின் முகத்தில் நின்றது.

அத்தியாயம் 8

"என்னுடன் தனியாக வரச் சம்மதித்தற்கு மிகவும் நன்றி" என்றான் கௌதம்.

ஹரணி பதில் பேசாமல் தோளைக் குலுக்கினாள்.

இருவரும் சென்னை உச்சநீதி மன்றத்திற்கு எதிரில் உள்ள ஐஸ்க்ரீம் பார்லரில் உட்கார்ந்தார்கள். கையில் அன்னாசிப் பழச் சாற்றுடன் கடையில் வருவோர் போவோரை வேடிக்கை பார்த்துக் கொண்டு இருந்தாள் அவள். எத்தனையோ பேரிடம் பேசியிருக்கிறாள். ஆனால் இவனிடம் பேச மட்டும் வாய் வரவில்லையே ஏன்?

" நீங்கள் குடித்து விட்டீர்களானால் அப்படியே துறைமுகம் வரை நடக்கலாமா? எனக்கு அங்கே கொஞ்சம் வேலையிருக்கிறது"

பேசாமல் இரண்டு மடக்குக் குடித்து விட்டுத் தெருவில் இறங்கி நடக்க ஆரம்பித்தாள். கடையில் பணத்தைக் கொடுத்து விட்டு கௌதமும் இறங்கி அவள் பின்னால் நடக்க ஆரம்பித்தான். வேகமாக வந்து அவளுடன் சேர்ந்து கொண்டான்.

"அப்பா உங்களைப் படிக்க வைத்தார் என்பது?"

"என் அப்பாவும் அங்கிளும் பள்ளித் தோழர்களாம். அதனால் எனக்கு உதவித் தொகை ஒன்று கொடுத்து அங்கிள் படிக்க வைத்தார்"

"அப்படி ஒன்று செய்யப் படுவதாகக் கணக்குகளில் தெரியவில்லையே?"

"அங்கிள் தன் சொந்தச் செலவிலிருந்து எடுத்துக் கொடுத்து வந்தார். என்னைப் போல எத்தனையோ பேருக்கு உதவி செய்து இருக்கிறார்".

தன் சொந்த செலவிலிருந்து என்றால் இப்போது... யோசனையோடு திரும்பினாள்.

"அங்கிளுக்குப் பிறகு அந்தப் பொறுப்பை நான் எடுத்துக் கொண்டேன் "

முகம் விரியப் பெரியதாய் சிரித்தாள் ஹரணி.

"இவனிடம் அவ்வளவு பணம் ஏது என்று சிரிக்கிறீர்களா?"

நடப்பதை நிறுத்திவிட்டு அவனை ஏறெடுத்துப் பார்த்தாள்.

"என்னைத் தான் திருமணம் செய்ய வேண்டும் என்ற பிடிவாதம் ஏன்?"

"உங்களைத் தவிர என்னை வேறு யாரும் திருமணம் செய்து கொள்ள மாட்டார்கள் அதனால்தான்".

"ஓ"

அவள் விழிகள் விரிந்ததைப் பார்த்துச் சட்டென்று சிரித்தான்.

" நான் இருப்பது உசிலம் பட்டியில். நான் செய்யும் வேலை கார் மெக்கானிக். ஊர் பெயர் சொன்னாலே எல்லாரும் நிறைய யோசிப்பார்கள். அப்புறம் கார் மெக்கானிக் என்றால் இன்னும் கொஞ்சம் யோசிப்பார்கள்".

"நான் யோசிக்க மாட்டேனா?" தலையை சாய்த்துக் கேட்டாள்.

"மாட்டீர்கள் என்ற ஒரு நம்பிக்கை. யோசிக்க கூடாது என்ற நப்பாசையும் கூட. ஆனால் உங்களிடம் மட்டும் சொல்கிறேன் - நான் அமெரிக்காவில் படித்த கார் மெக்கானிக்காக்கும்".

நின்று அவனைப் பார்த்து சிரித்தவள். அவனைப் பார்த்தபடிப் பின்னோக்கி நடக்க ஆரம்பித்தாள்.

"ம் சொல்லுங்கள்" அப்பா இறந்ததிற்குப் பிறகு ஏனோ இன்றுதான் மனசு லேசாகிப் போனது போல இருந்தது ஹரணிக்கு; எத்தனை பெரிய பிரச்சனையை ஒன்றும் இல்லாமல் செய்தான் இவன். வியப்பில் அவள் கண்கள் பளபளத்தன. கடற்காற்றில் கூந்தல் அலையாய்ப் பறந்தது. வாக் மேன் அவள் காதிலிருந்து கழுத்துக்கு இறங்கியிருந்தது.

அவளைக் கடந்து சென்றவர்கள் ஒரு முறை திரும்பிப் பார்த்துச் சென்றார்கள். அவர்களைப் பார்த்துச் சினேகமாய்ச் சிரித்தாள் ஹரணி; சந்தோஷமாய்க் கையாட்டினாள்.

அவளை ரசித்த படியே கௌதம் பேசினான்."அப்பாவிற்கு எங்கள் வீட்டை விற்பதில் விருப்பம் இல்லை. அம்மா பிறந்து வளர்ந்த வீடாம் அது; அப்படியே அடுத்த தலை முறைக்குப் போக வேண்டும் என்ற பிடிவாதம். அக்காவிற்கு அது பிடிக்கவில்லை என் திருமணத்தைக் காரணம் காட்டி விற்கச் சொல்கிறாள். அம்மா எனக்குத் திருமணமே ஆகாதோ என்று கவலைப் படுகிறார்கள். எனக்குத் திருமணமானால் நிம்மதி அடைவார்கள்.

கண்ணை மூடி ஒரு நிமிடம் நின்றாள் ஹரணி. சிலையானான் கௌதம்.

"நீங்கள் எனக்கு உதவி செய்தீர்கள் இப்போது நான் உங்களுக்கு உதவ வேண்டும். அது தானே சரி"

"அப்படியில்லை உங்களுக்குப் பிரியமில்லை என்றால் சொல்லுங்கள். என்னால் ஏற்றுக் கொள்ள முடியும்"

அலைபேசியில் வந்து கொண்டிருந்த அலைபேசியை மீண்டும் காதுக்கு ஏற்றினாள் ஹரணி. நேராகத் திரும்பி கௌதமிற்கு இணையாக நடந்தாள். இருவரும் அமைதியாக நடந்தார்கள்.

"ஸாரி நான் உங்கள் ஃபோன்களுக்குத் திரும்பப் பதில் அளிக்கவில்லை".

"அதனால் என்ன? இப்போது சொல்லிவிடுங்கள் அவ்வளவுதானே" அழகாய்ச் சிரித்தான் கௌதம்.

எப்படிச் சொல்வது? என்ன சொல்வது? வாய் விட்டுச் சொல்லத் தெரியவில்லை. எந்தப் பெண்ணால்தான் சொல்ல முடியும்? அதுவும் முகத்திற்கு நேராக? ஓரக் கண்ணால் அவனைப் பார்த்தாள். அவள் பதில் தெரியாமல் அவன் தவிப்பது புரிந்தது. ஆனாலும் சம்மதம் சொல்ல வாய் வரவில்லை.

துறைமுகம் வந்து விட்டது.ஹரணியை நேராகப் பார்த்தான் கௌதம்.

"மேடம் நீங்க ரொம்ப யோசிக்கிறீங்க. உங்களை ஆட்டோவில் ஏத்திட்டு நான் என் வேலையைப் பார்க்கப் போகிறேன்".

"இல்லை நானும் உங்களுடன் வருகிறேன்" மெதுவாகச் சொன்னாள் ஹரணி.

கூர்மையாக அவளைப் பார்த்தான் கௌதம்.

"குடும்ப உறுப்பினர்கள் போர்ட்ல மெம்பரா இருந்தா நல்லதுன்னு வக்கீல் சார் சொன்னார்".

"அப்படின்னா?"

"உசிலம்பட்டியில் அப்படி என்னதான் இருக்குன்னு எனக்குப் பார்க்கணுமே"

அவள் சொன்னவுடன் இருவரும் சேர்ந்து சிரித்தார்கள்.

அத்தியாயம் 9

"ரெட்டி நமக்கு எதிரா வழக்குத் தொடரலான்னு ஒரு வதந்தி இருக்கு," கவலையாகச் சொன்னார் விஜய ராகவன்.

"அப்படி எதுவும் நடக்கிறதுக்கு முன்னால் கம்பெனி பிரைவேட்டாக ரிஜிஸ்ட்டர் பண்ற வேலையை வேகமாக முடிக்கப் பாருங்க"

"உங்களுக்கும் நம்ம கம்பெனி ஆடிட்டருக்கும் ஷேர் கொடுக்கிற மாதிரி ஏற்பாடு பண்ணிடுங்க"

"சரிம்மா"

ஹரணியும் விஜய ராகவனும் அவர்கள் வீட்டுத் தோட்டத்தில் உட்கார்ந்து பேசிக் கொண்டு இருந்தார்கள்.

"அப்பா பேரில் ஒரு அறக்கட்டளையைத் தொடங்கிஅந்த அறக்கட்டளை பேரிலும் ஷேர் போட்டுடுங்க" ஹரணி வரிசையாக உத்தரவுகளைக் கொடுத்துக் கொண்டிருந்தாள்.

"எதுக்கம்மா?" விஜயராகவன் கேட்டார்

"அது அவர் படிக்க வைக்கிற குழந்தைகளுக்கு உதவி செய்யும். அதுவும் இல்லாம அவர் உதவியில் படிச்சவங்களை தொடர்பு கொன்டு அறக்கட்டளள விஷயம் சொல்லி நன்கொடைகேக்க முடியுமான்னு பாருங்க"

வேகமாக வந்தான் வினய். அவன் பின்னாலேயே ஒரு வித நிதான நடையுடன் வந்து கொண்டு இருந்தான் கௌதம். கண்ணாடி முன்னால் நின்று நடந்து நடந்து பழகியிருப்பானோ? என்னவோ ஒவ்வொரு அடியையும் அளந்து வைத்துக் கொண்டிருந்தான்.

"என்ன அக்கா இப்படி ஒருஅவசரக் கல்யாணம் ?"

"ஏன் அதில் என்ன தப்பு வினய்?"

"அக்கா நீ ஹரணி கம்ப்யூட்டரின் முதலாளி. உன் திருமணம் எப்படி தடபுடலா நடக்கணும்? என்னவோ கோயிலில் சிம்பிளா முடிச்சிட்டு கல்யாணத்தை ரிஜிஸ்டர் பண்ணா போதும்னு கௌதம் சொன்னா நீயும் அதற்கு எப்படி ஒத்துக்கலாம்?" குழந்தைத்தனக் கோபத்தோடு கேட்டான் வினய்

"சூழ்நிலை அப்படியிருக்கு வினய்"

"கம்பெனியை உடனடியா பதிவு பண்ணியாகணும். எவ்வளவு வேகமாகக் காரியங்கள் நடக்கணுமோ அவ்வளவு வேகமாக நடக்கணும்" தம்பிக்குப் பொறுமையாக விளக்கம் கொடுத்தாள் ஹரணி.

"அதுக்காக, கௌதம் குடும்பத்திலிருந்து ஒருத்தர் கூடத் திருமணத்திற்கு வரமுடியாதுன்னு அவர் சொல்றது எனக்குப் பிடிக்கலை" படபடவென்று பொரிந்தான் வினய்.

காலைச் சுற்றி சுற்றி வந்து குரைக்கும் பொமரேனியன் நாயை அவன் ஹரணிக்கு ஞாபகப் படுத்தினான்

பிடரியை சிலிர்த்துக் கொண்டு இருக்கும் சிங்கம் போல அவன் பின்னால் வந்து நின்றான், கௌதம். வினயின் தோளில் அழுத்தமாக கையை வைத்தான் கௌதம்.

"அதுக்கான காரணத்தையும் உன் கிட்டே சொல்லிட்டேன். அப்பாவிற்கு ஃபோனில் செய்தி சொல்லியாகிவிட்டது. அவர்களுக்கு ரொம்ப மகிழ்ச்சி. சித்ரா டெலிவரி நேரம். யாராலும் டக்கென்று கிளம்பி வரமுடியாத நிலை" கொஞ்சம் கோபமாகவே சொன்னான் கௌதம்

திருப்தியடையாதவனாய் தோளிலிருந்து கையைத் தட்டிவிட்டுவிட்டுக் காலியாய் இருந்த இருக்கையில் உட்கார்ந்தான் வினய்.

"உன் பாம்பே ப்ராஜக்டை மறந்துடாதே. நீதான் அதுக்காக அங்கே போகணும். ஸோ, அதில்வூன் கவனத்தைச்செலுத்து"

"ஓ அப்போ உன் கூட உசிலம்பட்டிக்குக் கூட என்னால் வர முடியாது."

"நீயும் வரமுடியாது அம்மாவும் உடனடியா வரமுடியாது. அம்மா இங்கே கம்பெனியைப் பார்த்துக்க வேண்டியிருக்கும்" யோசனையுடன் சொன்னாள் ஹரணி.

அம்மாவால் தனியா முடியுமா?

யாரும் பதில் சொல்லவில்லை. அமைதியாக இருந்தனர். அவரவர் சிந்தனை அவரவருக்கு.

"அப்ப நான் கிளம்பறேன்" என்று பொதுவாக சொல்லிவிட்டு வக்கீல் எழுந்தார்.

"நான் சொன்ன படி ஷேர்ஸ் தயார் பண்ணிடுங்க. கம்பெனியில் வேலை பார்ப்பவர்களிடமும் திருமணத்தைப் பற்றி அறிவித்து அவர்களையும் அழைத்து விடுங்கள்," என்றபடி ஹரணியும் எழுந்தாள்.

"எங்க ரெண்டு பேருக்கும் அப்பா ஸ்தானத்தில் இருந்து நீங்க இந்த கல்யாணத்தை நடத்தி வைக்கணும்" என்றான் கௌதம்.

மனம் குளிர்ந்து சிரித்தார் விஜயராகவன். "வாசுவோட ஆசியால் எல்லாமே நல்லா முடியும்," என்றவர் கிளம்பிச் சென்றார்.

மூவரும் எழுந்து காந்திமதியைத் தேடி வீட்டுக்குள் சென்றனர்.

"அப்பாகிட்டே பேசிட்டீங்களா தம்பி? என்ன சொன்னார்?" கௌதமைப் பர்த்ததும் கேட்டார் காந்திமதி.

"பேசிட்டேம்மா. உங்களுக்கு ஆட்சேபணையில்லையான்னு திரும்பத் திரும்பக் கேட்டார்! அதான் புரியலை!"

"அவங்க யாரும் கல்யாணத்திற்கு வராதது என்னுடைய ஆட்சேபணை" இடை புகுந்தான் வினய்

கனமான மௌனத்திற்குப் பிறகு காந்திமதி சொன்னார்.

"ஹரணி சரின்னு சொன்னதே பெரிய விஷயம். இதில் எனக்கு ஏன் ஆட்சேபம்?"

"கல்யாணம் ஆனதும் அக்கா கூட நீங்களும் போயிட்டு வாங்க அம்மா. அக்கா தனியா போக வேண்டாம்" வினய் பொறுப்பாய் சொன்னான்.

"அது தேவையில்லைன்னு நினைக்கிறேன், வினய்" என்றான் கௌதம்

அவனை முறைத்தான் வினய். ஹரணிக்குச் சிரிப்பு வந்தது. அவளுடைய சின்னத்தம்பி திடீரென்று வளர்ந்து விட்டான்.

"ஹரணி, உசிலம்பட்டி போயிட்டா நீயும் பாம்பே போயிடுவே! யார் நிர்வாகத்தைப் பார்த்துக் கொள்வது, வினய்? அதனால் நான் இங்கே தங்கி நிர்வாகத்தைப் பார்த்துக்கிறேன். அப்புறமாய் நீயும் நானும் சேர்ந்து போய்ப்

பார்த்துக் கொள்வோம்" காந்திமதி மகனுக்குப் பதில் கொடுத்தார்.

புருவத்தைச் சுருக்கினாள் ஹரணி. கம்பெனியை விற்க முனைந்த தாய் இப்போது ஏனோ அப்படியே தலை கீழாகப் பேசுவதாகப் பட்டது அவளுக்கு. ஏதோ மனத்தை உறுத்தியது.

அம்மாவை நேராகப் பார்த்தாள்.

"என்னம்மா சொல்றீங்க?"

"வா, வா போய் உனக்குக் கல்யாண ஜவுளித் துணி எல்லாம் வாங்கிட்டு வரலாம்! நீங்களும் வாங்க, தம்பி," கௌதமையும் அழைத்தார் காந்திமதி.

"இல்லைம்மா நான் கிளம்புகிறேன்"

"நீங்க என் மேல வைத்திருக்கும் அன்பும் நம்பிக்கைக்கும் நன்றி" என்றவன், "வினய் என் கூட வர முடியுமா? எனக்கு உன் உதவி தேவைப்படுகிறது" அங்கிருந்து நகர முயன்ற வினயை அழைத்தான் கௌதம்.

முறுக்கிக் கொண்டாலும் அவனுடன் இணைந்து நடந்தான் வினய்.

அத்தியாயம் 10

தன்னுடன் இணையாக நடக்கும் வினயை ஓரக்கண்ணால் பார்த்தான் கௌதம். அக்கா மதுரா கல்யாணத்தின் போது இப்படித் தான் இவனும் வளர்ந்தும் வளராமலும் இருந்தான். அவனை ஒரு நம்பிக்கையுள்ள மனிதனாக்கிய பெருமை வாசு தேவன் சாருக்குச் சேரும். பணம் கொடுத்துப் படிக்க வைத்ததோடு ஒரு நண்பனைப் போலப் பேசிப் பழகி வழி நடத்தினார்.

"என்னை உனக்குப் பிடிக்கலையா வினய்?"

ஒன்றும் சொல்லாமல் தோளைக் குலுக்கினான் வினய்.

"அக்காவை உனக்கு ரொம்பப் பிடிக்குமா?"

"எதற்கு என்னைத் தேவையில்லாத கேள்விகள் கேட்கிறாய்?" என்பது போல அவனைப் பார்த்த்தான் வினய்.

மௌனமாக இருவரும் நடந்தார்கள். வினயே பேசட்டும் என்று காத்திருந்தான் கௌதம்.

"எதுக்காக அக்காவைக் கல்யாணம் பண்றீங்க?"

தலையைச் சாய்த்துத் தன்னிடம் கேள்வி கேட்டவனைப் பார்த்தான் கௌதம். மற்றவர்கள் நினைப்பது போல இவன் சின்னப் பையன் இல்லை என்று புரிந்தது. இருந்தாலும் . . . . .

"எதற்காக என்று நீ நினைக்கிறாய்?"

"ஹரணி கம்ப்யூட்டர்ஸ்" கோபமாகப் பதில் வந்தது.

முஷ்டியை இறுக்க மூடித் தன் கோபத்துக்கு மூடி போட்டான் கௌதம். அவனைப் பணப் பைத்தியம் என்று எண்ணி விட்டானே இந்தப் பொடிப் பயல்.

"சரி நான் தான் ஹரணி கம்ப்யூட்டர்ஸுக்காக உன் அக்காவைத் திருமணம் செய்து கொள்கிறேன் என்றே வைத்துக் கொள்வோம், உன் அக்கா என்னை ஏன் திருமணம் செய்து கொள்ள வேண்டும்? உன்னை மாதிரியே அவளும் யோசித்து இருக்கலாம் இல்லையா?" நிதானமாகவே கேள்வியைக் கேட்டான் கௌதம்.

"ஹரணி கம்ப்யூட்டர்ஸ்" அதே நிதானத்துடன் வந்தது பதில்.

"என்ன சொல்கிறாய் வினய்?"

எங்கள் கம்பெனியை ஒரு பெரிய சிக்கலிலிருந்து நீங்கள் காப்பாற்றியதாக அக்கா நினைக்கலாமில்லையா? அதற்கு நன்றிக் கடனாகக் கூட இந்த திருமணம் இருக்கலாமே!"

கௌமிடமிருந்து பெருமூச்சு வந்தது.

"நீ என்ன தான் யோசிக்கிறாய்? எனக்குப் புரியவில்லை. ஹரணி இல்லாமல் கம்பெனியை உன்னால் நடத்த முடியாது என்று நினைக்கிறாயா?"

"ப்ச்" அதில்லை, அவசரத் திருமணம் நடக்கிறது, அக்காவிற்கு உசிலம் பட்டி என்றால் என்ன தெரியும்?" கவலையாகப் பேசும் வினயைப் பார்த்துக் கொண்டு இருந்தான் கௌதம்.

"அங்கே பெண் குழந்தைகளைக் கூடக் கொல்வார்கள் என்று பேப்பரில் படித்து இருக்கிறேன்."

"அதெல்லாம் இப்போது குறைந்து விட்டது வினய்"

சமாதானமாகாமல் கௌதமை ஏறிட்டான் வினய்.

"இதோ பார் வினய், உன் அக்காவிற்கு எந்த விதக் கஷ்டமும் வராமல் அவளை மகிழ்ச்சியாக வைத்துக் கொள்ள என்னால் முடிந்த வரை முயற்சி செய்வேன், கவலைப் படாதே." ஒரு பெரிய அண்ணனைப் போலப் பேசினான் கௌதம்.

"அக்கா அப்பா செல்லம், அக்கான்னா எனக்கு உயிர், அக்கா மட்டுமில்லேன்னா எங்க அம்மாவுக்கும் என்ன ஆகியிருக்குமோ தெரியாது. அவளுக்கு ஏதாவது ஒண்ணு ஆச்சுன்னா நான் சும்மாயிருக்க மாட்டேன்."

வினய் தன்னை முழுமையாக நம்பவில்லை என்று கௌதமிற்குப் புரிந்தது. அவனது வாழ்க்கை நல்ல முறையில் அமைய வேண்டுமானால் வினயுடன் அவனுடைய உறவு நல்ல முறையில் அமைய வேண்டும் என்பதும் நன்றாகப் புரிந்தது,

"நீ சொல்றது எனக்கு நல்லாப் புரியுது வினய்".

பேசிய படி யே இருவரும் தோட்டத்தைத் தாண்டிக் கேட் அருகே வந்து விட்டனர். எதிரும் புதிருமாக இருவரும் நின்று ஒருவரை ஒருவர் பார்த்துக் கொண்டனர். வினயைக் கூர்ந்து பார்த்த கௌதம் மெல்லியதாகப் புன்னகைத்தான்.

"என்ன, என்னைப் பார்த்தால் போடா பொடியான்னு கேலி பண்ணத் தோணுதா?"

இல்லையென்று தலையசைத்து விட்டுச் சின்னதாகச் சிரித்தான் கௌதம். "உங்க அம்மாவிடமும் ஹரணியிடமும் பேசுவதற்கு முன்னால் உன்னிடம் தான் நான் முதலில் பேசியிருக்க வேண்டும் போலிருக்கிறது," வினயும் கூடவே சிரித்தான்.

"உன்னிடம் இப்போ அனுமதி கேட்கிறேன், உன் அக்காவை நான் திருமணம் செய்து கொள்ளலாமா?"

வினய் நிம்மதிப் பெருமூச்சுடன் சரி என்பது போல் தலையசைத்தான், "பட் நான் திடீர்ன்னு வந்து அக்காவைப் பார்ப்பேன்."

"எனக்குத் தீடீர் சோதனை வைப்பேன்னு சொல்றே."

"ஆமா"

"ஓகே!"

கொஞ்சம் சந்தேகத்துடனே அவன் குரல் ஒலித்தது என்றாலும் பேச்சை விளையாட்டாய் மாற்றினான் கௌதம்.

"இனியாவது உன் அக்காவிற்கு ஏதாவது கிஃப்ட் வாங்க ஐடியா கிடைக்குமா?"

"ஓ தாரளமா" ஒரு வினாடியில் சின்னப் பையனானான் வினய். இனிமே வேறு என்ன? திருமணம் தான்.

காந்திமதி அம்மா ஆசைப்பட்ட மாதிரி ஒரு அவசரமான திருமணம்.

அத்தியாயம் 11

வேலை முடிந்து எல்லோரும் போயாகிவிட்டது. அலுவலகத்தில் யாரும் இல்லை. சுவர்களிலில் இருந்து வரும் மெல்லிசை கூட நிறுத்தப் பட்டு விட்டது. அலுவலகத்தின் ஒவ்வொரு மூலை முடுக்குகளையும் தன்னுள் பத்திரப் படுத்திக் கொள்பவள் போல மிக மெதுவாக அலுவலகத்தைச் சுற்றி வந்தாள் ஹரணி. . பின்னால் காலடியோசை திரும்பினாள். வக்கீல் தான். இவள் தான் வரச் சொல்லியிருந்தாள்.

"வாங்க சார்" "என்னம்மா ஹரணி ஏதோ யோசனையா இருக்கே?" தன்னுடைய குழப்பத்தை இவரிடம் எப்படி சொல்வது? இந்தக் கம்பெனியை விட்டுப் பிரிவது அப்பாவை இன்னொரு முறை பிரிவது போல இருக்கிறது என்றால் இவருக்குப் புரியுமா? மௌனமாக இருந்தாள்.

"ரொம்ப குழம்பி போயிருக்கிறியாம்மா?"" விஜயராகவனே அவளுக்காகப் பேசினார்.

"திருமணம் திருமணம்னு அவசரப் படுத்தின அம்மா இப்ப ரொம்ப அமைதியாய் இருக்காங்க. நான் அவசரப் படுவதாய் தம்பி கோபப்படுகிறான். நான் சரியான முடிவுதான் எடுத்து இருக்கேனான்னு எனக்கே சந்தேகமாக இருக்கிறது."

"கௌதம் நல்ல பையன், அவனை எனக்கு ஒரு சில வருடமாத்தான் தெரியும். ஆனா உங்க அப்பாவிற்கு அவனுடைய பள்ளி வயதிலேயே ரொம்பத் தெரியும். அவனைப் பத்தி நம்பிக்கையான ஆளுன்னு அடிக்கடி பெருமையா பேசுவார், ஸோ அவன் நல்லவனா கெட்டவனான்னு நீ யோசிக்க வேண்டாம்" என்றவர், "என்ன கொஞ்சம் அழுத்தமானவன் அவன் மனசிலே என்ன நினைக்கிறான்னு அவனே சொன்னாலொழிய நமக்குப் புரியாது."

"அதில்லை அங்கிள்."

“நன்றிக் கடனுக்காக நடக்கிற கல்யாணம் எத்தனை நாளைக்குன்னு யோசிக்கிறீங்களா?” கடுகடுப்புடன் கௌதமின் குரல் கேட்க திடுக்கிட்டுத் திரும்பினாள் ஹரணி.

“சொல்லாமல் கொள்ளாமல் வந்து நிற்பது உங்க ட்ரேட் மார்க்கா?” கிண்டலும் எரிச்சலுமாகக் கேட்டாள்.

“அக்காவும் தம்பியும் போட்டி போட்டுகிட்டு என் கிட்டே எரிஞ்சு விழுகிறீங்களே என்ன விஷயம்?” வினய்யின் மேலிருந்த கோபம் ஹரணியின் மேல் பாய்ந்தது.

“இருங்க !இருங்க !இரண்டு பேரும் சின்னப் பிள்ளைங்க மாதிரி சண்டை போடுறீங்க?” இருவரையும் தடுத்து நிறுத்தினார் வக்கீல், “வாங்க வந்த வேலையைப் பார்ப்போம்,” அவர் சொல்ல மூவரும் ஹரணியின் அலுவலகத்திற்குள் நுழைந்தனர். ஹரணி கௌதம் இருவருக்குமே முதல் நாள் நடந்த நிகழ்சிகள் நினைவிற்கு வந்தன. புன்னகையுடன் ஹரணியைப் பார்த்தான் கௌதம். நிஜமாகவே இவள் தன்னுடையவளாகப் போகிறாளா? நினைப்பதற்கே இனிக்கிறது. “இதோ எல்லாப் காகிதங்களும் தயார்! நீங்க எல்லாத்தையும் சரி பார்த்துட்டா நல்லா இருக்கும்” என்ற படி காகிதங்களை இருவரிடமும் நீட்டினான்.

கையெழுத்துப் போடும் முன் தன் மனதில் எழுந்த கேள்வியைக் கேட்பதற்காக ஹரணியைப் பார்த்தான் கௌதம். ஹரணியும் அவனை அதே நேரத்தில் பார்த்தாள் “உங்க ஐடியாவிற்காக இந்த கல்யாணத்திற்கு நான் ஒத்துக்கிட்டதா நீங்க நினைத்தால் அது தப்பு” அப்படி சொல்லும் போதே பின் எதற்காக என்று கேட்டுவிட்டால் என்ன பதில் சொலவது என்ற எண்ணம் வர ஹரணி தன் நாக்கை கடித்துக் கொண்டாள்.

“என் மனது லேசாகியது” கைகளைத் தூக்கிச் சிரித்தான் கௌதம். வினாடி நேரம் அசந்து போனாள் ஹரணி. கௌதமின் மனம் நிஜமாக லேசாகியது. வினயிடம் பேசிய இவன் மனதிலும் கொஞ்சம் சந்தேகம் வந்தது உண்மைதான்.

“அங்கிள் மேனேஜ்மெண்ட் விஷயத்தில் அம்மாவிற்கு இந்த ஒரு வருடமாத் தான் பழக்கம் இருக்கு . ஆனால் இனி தினப்படி வேலையை அவங்கதான்

பாத்துக்கணும்" சொல்லும் போதே மனதுக்குள் சின்னதாய் இருந்த சந்தேகம் விஸ்வரூபம் எடுத்தது. கௌதமைப் பார்த்தவள் "நான் அங்கே வந்துவிட்டால் இங்கே எல்லாவற்றையும் எப்படி அடிக்கடி வந்து பார்த்துக் கொள்வது?"

"உனக்கு எப்போதெல்லாம் வர வேண்டியிருக்கிறதோ இங்கே வந்துவிடவேண்டியதானே ஹரணி. இது என்ன பெரிய விஷயம்?" சாதாரணமாகவே சொன்னார் விஜய ராகவன். "நானும் வினயும் அம்மாவிற்கு கண்டிப்பாய் எல்லா விதத்திலும் உதவியாய் இருப்போம் ரொம்ப கவலைப் படாதே. ரெட்டி மாதிரி சுறாமீன்களிடமிருந்து நம்ம கம்பெனியை காப்பாத்த நல்ல ஒரு வழி கிடைச்சதே என்றுதான் நீ சந்தோஷப் பட வேண்டும்." விஜய ராகவன் தொடர்ந்து பேசிக் கொண்டே போனார்.

கம்பெனியை காப்பாற்ற வேண்டும் என்று திருமணம் செய்து கொண்டு கம்பெனியை விட்டுவிட்டுப் போவது என்பது ஒரு திறமையான நிர்வாகச் செயல் இல்லை என்பது ஹரணிக்குத் தெரியும். பின் ஏன் திருமணத்திற்கு ஒத்துக் கொண்டாள்? அவளுக்கே தெரியவில்லை அவளுடைய செயலுக்கு ஒரு தன்னிலை விளக்கம் கிடைக்கும் வரை எதுவும் காத்திருக்காமல் விஷயங்கள் அது அது வேகத்தில் நடந்து கொண்டே இருக்கின்றன. மனதுக்குள் பல யோசனைகள் ஓடினாலும் விஜய ராகவன் நீட்டிய காகிதங்களில் கையெழுத்திட்டாள் ஹரணி. துறைமுகத்தில் கௌதமுடன் நடக்கையில் இவளுக்கு தீடீரென்று பைத்தியம் பிடித்து விட்டதா என்ன? எப்படியானாலும் சரி திருமணம் செய்து கொள்கிறேன் என்று வார்த்தை கொடுத்தாகிவிட்டது. கொடுத்த வாக்கை மீறுவது என்பது ஹரணியின் தந்தைக்குப் பிடிக்காத ஒன்று. தந்தைக்குப் பிடிக்காததை ஹரணி என்றுமே செய்ததில்லை.

அத்தியாயம் 12

சித்ராவிற்காக ஆரஞ்சுப் பழத்தை உரித்துக் கொண்டிருந்தாள் மதுரா. சித்ரா இன்னும் அரை மணி நேரத்தில் வந்து விடுவாள். அவள் கணவனுடன் கோவிலுக்குப் போயிருக்கிறாள். மூர்த்திக்கு மனைவியை விட்டுப் பிரிய மனமில்லை. பூனை மாதிரி சித்ராவின் காலையே சுற்றிக் கொண்டு இருக்கிறார்.

தம்பி கெட்டிக்காரன் மனதுக்குள் தன் சகோதரனை மெச்சிக்க் கோண்டாள்.

எவ்வளவு தந்திரமாக தங்கையை தன் பொறுப்பில் ஆஸ்பத்திரியில் வைத்துவிட்டான், ஆனால் கணவனையும் மனைவியையும் பிரித்தும் வைக்கவில்லை ஆனால் என்ன? பிடிவாதக் காரன் இந்த ஐந்துவருஷமா வீட்டு விஷயத்திலே எப்படி பிடி கொடுக்காம பேசறான். சரியான அழுத்தக் காரன். கை ஆரஞ்சுப் பழத்தை உரித்தாலும் மனம் எதைஎதையோ சிந்தித்துக் கொண்டிருந்தது.

"என்ன மேடம், உங்க தங்கை இங்கே வந்து ஒரு செகண்ட் ஹனிமூனே கொண்டாடுறாங்க போல" சிரித்த படியே உள்ளே வந்தாள் நர்ஸ். இந்த மூன்று வாரங்களில் இங்கே இருப்பவர்கள் எல்லாரும் சித்ராவிடமும் மதுராவிடமும் நன்றாக பழகி விட்டார்கள்.

தினமும் கணேசன் வேலை விட்டு வந்ததும் சித்ராவும் கணேசனும் வெளியே இருக்கும் சின்னத் தோட்டத்தில் உட்கார்ந்து பேசிக் கொண்டு இருப்பர். கணேசன் டாக்டரிடம் சித்ராவின் நலம் பற்றி விசாரித்து விட்டு இப்போது தான் சித்ராவை அழைத்துக் கொண்டு வெளியே போனான் "இந்தாங்க சிஸ்டர், விகடன் நான் படிச்சிட்டேன். நீங்க படிச்சிட்டு கொடுங்க" அருகிலிருந்த புத்தகத்தை எடுத்துக் கொடுத்தாள்.

இன்னும் அரை மணி நேரம் தான் விசிட்டிங் அவர்ஸ். டாக்டர் ரவுண்ட்ஸ் வந்து போய்விட்டார். இனி நாளை காலையில் தான். அது முடிந்தவுடன் தான் திரும்ப ஒரு சுற்று வேலையிருக்கும் அதனால் அரட்டையடிக்க வந்து நின்றாள் அந்த நர்ஸ். தன் மடியில் இருந்த மல்லிகைப் பூக்களை எடுத்துக் கோர்த்தபடி அந்த பக்கமாக வந்து தரையில் வந்து உட்கார்ந்தாள் ஆயா. சித்ரா இல்லாத சாயந்தர வேலையில் இந்த அரட்டைக் கச்சேரி மதுராவிற்கு நல்ல பொழுது போக்கு.

"என்ன ஆயா இன்னைக்கு வீட்டில என்ன குழம்பு? வாசனை தூக்குது" வாய் கொடுத்தாள் மதுரா.

அறைப் பக்கம் காலடி சத்தம். சித்ராவாக இருக்கும் என்ற நினைப்பில் அரட்டை தொடர்ந்தது. "புளிக் குழம்புதான். இன்னிக்கு தேங்கா அரைச்சுவிட்டேன். அதான்.." வாசலில் ஒரு உருவம் நின்றது. மூவரும் நிமிர்ந்து பார்த்தனர். சித்ராவின் மாமியார்.

"வாங்க வாங்க" மடியில் இருந்த பழத்தொலிகளை எடுத்தபடி நாற்காலியிலிருந்து எழுந்தாள் மதுரா. நர்ஸும் ஆயாவும் வேகவேகமாக அறையை விட்டு வெளியேறினார்கள்.

"உட்காருங்க, சித்ரா தம்பியோடு வெளியே தானே இருந்தா?" மதுரா தான் உட்கார்ந்திருந்த நாற்காலியைக் காட்டினாள். மிடுக்குத்தோரணையோடு வந்து உட்கர்ந்தாள் அந்த அம்மா. பேராசிரியர் என்பது நடையிலேயே தெரிந்தது.

"ஒரு நாளாப் போல லேட்டா வந்தா என்ன பண்றது? சித்ராவாவது கொஞ்சம் பொறுப்பா அவனை வீட்டுக்கு அனுப்பி வைக்க வேண்டாமா? பெண்டாட்டியைப் போய் பார்க்காதன்னு சொல்லலை எதுக்கும் ஒரு அளவு வேணாமா?" எடுத்த எடுப்பிலேயே சொன்னார் சித்ராவின் மாமியார்.

"தம்பி உங்ககிட்டே கலந்து பேசிட்டுத்தான் இங்கே வந்து இருக்குதுன்னு நினைச்சேன். அக்கறையாகவே பதில் சொன்னாள்," பணிவு காட்டியதும் மிடுக்கு ஏறிக் கொண்டது அந்த அம்மாவிற்கு.

"மாம் சித்ராவை பாத்துட்டா அவன் எங்கே எதையாவது யோசிக்கிறான். சித்ரா அவனை அப்படி மயக்கி வைச்சிருக்கா. நான் அவங்களைத் தாண்டி நடந்து வந்தது கூடத் தெரியாம மெய் மறந்து உட்கார்ந்திருக்காங்க" ஆத்திரப்பட்டார் அந்தப் பெண்மணி.

"அப்படியெல்லாம் இல்லை சின்னஞ்சிறுசுகள் ஏதோ ஒரு ஆசை இதே குழந்தை பிறந்த பிறகு முடியுமா? இப்படி இருக்க நேரம் கிடைக்குமா? அதான் நானும் கொஞ்சம் விட்டுட்டுடேன். மிஞ்சிப் போனா இன்னும் ஒரு பத்து நாள்" மாமியாரை சமாதானப் படுத்த முயன்றாள் அக்கா.

"போதுமே உங்க அம்மா பொறுப்பே இல்லாமல் இப்படி ஆஸ்பத்தரியில் விட்டுவிட்டு அங்கே இருக்காங்க. அவங்களை மாதிரி நீயும் உன் புருஷன் பிள்ளையை விட்டுட்டு இருக்கே. உன்னை மாதிரித்தானே உன் தங்கச்சியும் இருப்பா," ஏளனம் செய்தார் அந்த அம்மா.

சித்ராவும் கணேசனும் அதே நிமிஷத்தில் வர எழுந்து வந்த கோபத்தை முழுங்கினாள் மதுரா.

"வாடா வா! மாமியார் வீட்டிலே அள்ளி அள்ளிக் கொடுத்து கல்யாணம் பண்ணியிருக்காங்க பார். பெத்தவளை மறந்துட்டு பெண்டாட்டி பின்னாலேயே சுத்து" சித்ராவின் மாமியார் கத்த ஆரம்பித்தார்.

"அம்மா" தாயை அடக்க முயன்றான் கணேசன்.

சித்ரா பயந்து போய் தன் அக்காவின் பின்னால் நின்று கொண்டாள். மனைவியிம் முகம் சுருங்குவது

பொறுக்காமல் "அம்மா வா. வீட்டுக்குப் போய் பேசிக்கலாம்," என்றபடி யாரிடமும் சொல்லாமல் சட்டென்று வெளியேறினான் கணேசன்.

சித்ரா அழுதபடி வாசலைப் பார்த்தாள். மதுரா ஆதரவாய் தங்கையின் தோளில் கையை வத்தாள்.

அத்தியாயம் 13

ஃபோன் பூத்திலிருந்து வெளியே வந்தான் கௌதம். வெயில் மண்டையைப் பிளந்தது. அவன் ஆர்டர் செய்திருந்த இயந்திரம் வந்திறங்கவில்லை. ஜெர்மனியிலிருந்து வரவே இல்லை என்கிறார்கள். ஆர்டர் செய்து ஆறு ஏழு மாதங்கள் ஆகிவிட்டன. ஆர்டர் செய்தது மிகவும் நம்பகமான நபரிடம் தான். ஏன் தாமதம் என்று தெரியவில்லை. ஈ மெயிலுக்கும் பதிலில்லை. தொலை பேசி மூலம் தொடர்பும் சரியாகக் கிடைக்கவில்லை.

அமெரிக்காவிலிருந்து வந்து இந்தியாவிலேயே இருக்க வேண்டும் என்று முடிவு செய்த பின் கௌதம் இரண்டு விஷயங்களைச் செய்தான். தன் கையை நம்பியிருக்க வேண்டும் என்று ஆட்டோ பார்ட்ஸ் டீலர்ஷிப் எடுத்தான். கோவையில் ஒன்று மதுரையில் ஒன்று என்று ஒரே நேரத்தில் ஆரம்பித்தான். ஆனால் உசிலம் பட்டியில் அப்பா வைத்து நடத்திய கடையைப் பார்த்துக் கொள்வது அவனது முக்கிய வேலை. என்றாலும் இரண்டு வாரத்திற்கு ஒரு முறை மதுரை அல்லது கோவை என்று போய் வேலைகளைக் கவனித்து வருவான். இரண்டாவது முடிவு என்ன நடந்தாலும் அம்மா அப்பா விருப்பத்திற்கு மாறாக அவர்கள் வாழ்ந்த வீட்டை விற்பதில்லை என்பது. இதுவரை எல்லாம் நல்ல முறையிலேயே நடந்து கொண்டிருக்கிறது.

உசிலம்பட்டிக் கடைக்குத் தேவையான கொள்முதல் பொருட்களையாவது வாங்குவோம் என்று இறங்கி நடந்தான்.

பாக்கெட்டிலிருந்த செல் அடித்தது. அப்பாவாகத்தான் இருக்கும்.

"என்னப்பா சித்ரா நல்லாயிருக்கிறாளா?" எடுத்தவுடனே கேட்டான்.

"ஆமாப்பா எல்லாம் நல்ல படியா போயிட்டு இருக்கு."

"கல்யாணத்தைப் பத்தி அம்மா ஏதாவது சொன்னாங்களா?" ஆர்வமாகக் கேட்டான்.

"அவகிட்டே நான் எதையும் சொல்லலை " விட்டேத்தியாக வந்தது பதில்.

"நான் தான் அன்னைக்கே விவரமா சொன்னேன்தானே இன்னும் என்ன?" எரிச்சல் பட்டான் கௌதம்.

"கோபப்படாதே, கௌதம்! நீ பார்த்து இருக்கிற இடம் பெரிய இடம். மலைக்கும் மடுவுக்கும் போல பெரிய வித்தியாசம். இந்த இரண்டு குடும்பத்துக்கும் ஒத்துவருமான்னு சந்தேகமாயிருக்கு. காந்தியம்மா இதையெல்லாம் யோசிக்காம எப்படிச் சரின்னு சொன்னாங்க?" வரிசையாகக் கேள்வி கேட்டார்.

"அப்பா, நான் முதல் முதலா அவர்களைப் பார்த்த போதே எல்லாத்தையும் விவரமா சொல்லிட்டேன். நான் உங்க மகன்னு தெரிஞ்சவுடனே ரொம்ப அமைதியாயிட்டாங்க. ஆனால் கண்டிப்பா கல்யாணத்தை நடத்தித் தரேன்னு உறுதி கொடுத்தாங்க. கவலையை விடுங்கப்பா. கல்யாணம் காதும் காதும் வைத்தாற்போல் ரகசியமாக இருக்கணும்ன்னு அவங்க ஆசைப்பட்டது தான் ஏன்னு தெரியலை என்றவன்இந்த கல்யாணத்தினாலே எல்லாருக்கும் லாபம்தான்," மிக சாதாரணமாகச் முடித்தான்ழ் கௌதம்.

"என்னவோப்பா கல்யாணத்தையும் பிஸினஸ் மாதிரி நினைக்கிறே! எங்களையும் வர வேண்டான்னு சொல்லிட்டே! மனசுக்குக் கஷ்டமாயிருக்கு."

வினயிடம் சொன்னதையே திருப்பித் திருப்பிச் சொல்லக் கௌதம் விருப்பப் படவில்லை. அதனால் அமைதியாய் இருந்தான்,

"நம்ம வீட்டு பெண்களே வீடு விக்கணும்ன்னு பிரியப்படும் போது புதுசா வர்ற பொண்ணு என்ன நினைப்பா?" அப்பா சந்தேகமாகக் கேட்டார். அவர் கவலை அவருக்கு.

ஹரணி மீது அப்பா சந்தேகப் படுவது கௌதமிற்குப் பிடிக்கவில்லை.

"ஹரணி அப்படியெல்லாம் பண்ணமாட்டான்னு நான் நம்பறேம்பா. அவ மேலே எனக்கு அசையாத நம்பிக்கையிருக்கு" உறுதியாகச் சொன்னான் கௌதம்.

"என்னவோ கௌதம். உன் இஷ்டம்," வருத்தப்பட்டார் அப்பா.

"... .."

"நான் சொல்றது உனக்குப் பிடிக்கலைன்னு எனக்குப் புரியுது, கௌதம். உன்னைய மாலையுங் கழுத்துமா பார்க்கணுன்னு நாங்க ஆசைப்படுறது இயற்கைதானே. ஊருக்கு வருவதற்கு முன்னால் மீனாட்சிஅம்மன் கோவிலுக்கு உன் மனைவியை கூட்டிட்டுப் போயிட்டு வா."

"சரிப்பா" என்று ஃபோனை வைத்தான்.

அப்பாவின் வருத்தம் கௌதமிற்குப் புரிந்தது.

அம்மா, அப்பா, அக்கா எல்லாரும் வந்து இருந்து இவன் கல்யாணத்தை நடத்தி வைத்தால் நன்றாகத்தான் இருக்கும். ஹரணியின் பணத்தையும் ஆடம்பர வாழ்க்கையும் பார்த்தால் அம்மா மிரண்டு போய்விடுவாள். மதுராக்கா வந்து என்னென்ன கலாட்டா பண்ணுவாளோ? எதற்கு வீண் வம்பு! அதுவும் இல்லாமல் இவன் குடும்பத்தைப் பார்த்துவிட்டுக் காந்திமதியோ வினயோ திருமணத்தைத் தடுத்து விட்டால்? மதுராக்கா மாதிரி ஒரு ஆளே போதுமே அவன் கல்யாணம் நின்று போக. ஏதாவது ஏடாகூடமாக பேசி வைப்பாள்.

நல்ல வேளையாக சித்ராவின் டெலிவரி அக்காவை மதுரையில் கட்டிப் போட்டுவிட்டது. எந்த ஒரு காரணத்தைக் கொண்டும் ஹரணியை இழக்க இவன் தயாராயில்லை. வாசு தேவன் சார் தன் பெண்ணின் பெருமையைப் பற்றி பேசும் போதெல்லாம் இவன் ஹரணியை நினைத்துக் கனவு கண்டிருக்கிறான். .அந்தக் கனவு நிஜமாகப் போகிறது. அவனுக்கு உதவுவது போல காந்திமதியும் இவனுடைய அவசரத்தையே வலியுறுத்துகிறார். ஏன் என்று தான் புரியவில்லை.

திருமணத்திற்கு முன் இவன் ஹரணியிடம் மீண்டும் ஒருமுறை கண்டிப்பாய்ப் பேச வேண்டும்.

அத்தியாயம் 14

ஹரணியிடம் என்ன பேச வேண்டும், எப்படிப் பேச வேண்டும் என்று யோசித்த படியே ஹரணியின் வீட்டுக்குள் நுழைந்தான். அவனுக்காகவே காத்திருந்தது போல முன்னறையில் காந்திமதி உட்கார்ந்திருந்தார்.

"ஹரணி எங்கேம்மா?"

"வக்கீலோடு பதிவு அலுவலகத்திற்குப் போயிருக்கா"

"போன் பண்ணும் போது நீங்க சொல்லவேயில்லையே?"

"உட்காருங்க கௌதம், உங்ககிட்டே கொஞ்சம் பேசணும்," சொல்லிய காந்திமதியை வினோதமாகப் பார்த்தான் கௌதம். திருமணம் என்று முடிவானதிலிருந்து 'தம்பி, தம்பி' என்றே பிரியமாக அழைப்பவர் திடுமெனக் குரல் மாற்ற,¢ தொனி மாற்றிப் பேசுவதென்றால்?

"சொல்லுங்க"அவனும் எதிராக இருந்த சோபாவில் உட்கார்ந்தான்.

காந்திமதி அமைதியாக இருந்தார். வேலையாள் குடிப்பதற்குப் பழச்சாறு கொடுத்துவிட்டுப் போனான். காந்திமதி எழுந்து சென்று டிவி மேலிருந்த தன் கணவனின் புகைப் படத்தை எடுத்து வந்து உட்கார்ந்தார்.

"எடுத்த காரியத்தை எந்த சிரத்தையுடன் முடிப்பார், " கணவர் புகைப் படத்தைப் பார்த்த படி பேசினார்.

கௌதம் அவரே பேசட்டும் என்று காத்திருந்தான்.

"ஹரணி அவங்க அப்பா மாதிரி. அந்த தைரியத்தில் தான் இந்த கல்யாணத்திற்குச் சம்மதித்தேன்" என்றார் காந்திமதி.

"திருமணத்திற்கு ஹரணியை நீங்கள் வற்புறுத்தினீர்களா?"

"அவளையும் அவ அப்பாவையும் யாரும் வற்புறுத்தி எதையும் செய்ய வைக்க முடியாது. இதை நீங்க

புரிஞ்சிக்கணும். உங்க குடும்பத்துக்கும் புரிய வைக்கணும்" - வேகமாக சொல்லிவிட்டு அவனை நேராகப் பார்த்தார்.

"கல்யாணத்திற்குப் பின் நான் ஹரணியை பார்க்க அடிக்கடி அந்தப் பக்கம் வருவதில் எனக்கு விருப்பமில்லை. அதை நீங்களோ உங்க குடும்பமோ ரொம்ப பெரிய விஷயமாக எடுத்துக் கொள்ள கூடாது" கடகட வென்று சொல்லி முடித்தார்.

"ஏன் என்று தெரிந்து கொள்ளலாமா? " என்றான் கௌதம்.

"அது என் சொந்த விஷயம்."

"உங்களுக்குப் பிடிக்காத ஊர் ஹரணிக்கு மட்டும் எப்படி பிடிக்கும்?" காரமாகக் கேட்டான் கௌதம். ஹரணி இந்தப் பெண்மணியிடம் எப்படி இவ்வளவு பொறுமை காட்டுகிறாள்? ஒரு சிறுபிள்ளைத்தனமான பிடிவாதம்.

தன் ஊர் ஒரு கிராமம் என்பது அவனுக்குத் தெரியும். அதை இந்த அம்மா சொகுசாக உட்கார்ந்து கொண்டு சொல்லிக் காட்ட வேண்டியதில்லை. இவர்கள் வீட்டில் இருக்கும் வசதியில் கால் பகுதி கூட இவன் வீட்டில் இல்லை. அது கௌதமிற்குத் தெரியும். னால் வசதிகள் இல்லையென்றாலும் தன்னுடைய அன்பில் ஹரணியை திளைக்க வைக்க முடியும் என்ற திடமான உறுதி கௌதமிற்கு இருந்தது.

காந்திமதியை ஏறிட்டுப் பார்த்தான். கணவன் படத்தில் கண்ணீர் விட்டபடி உட்கார்ந்திருந்தார் அவர்.

"இதோ பாருங்கள் உங்களை வருத்திக் கொண்டு இந்த திருமணம் நடக்க வேண்டிய அவசியம் இல்லை." உங்களுக்குப் பிடிக்காத ஊருக்கு ஹரணியை நீங்கள் திருமணம் செய்து அனுப்பத் தேவையேயில்லையே!

சட்டென்று நிமிர்ந்தார் காந்திமதி.

"இல்லை தம்பி இந்தத் திருமணம் மூலமா உறவுகள் என்கிற பொக்கிஷம் ஹரணிக்குக் கிடைக்கப் போகிறது. என்னோட சின்னச்சின்ன தவறுகளால் அவளுடைய வாழ்க்கை பாழாகக் கூடாது இல்லையா? அதனால் தான் நான் உங்களிடம் இப்படி சொன்னேன்," என்றவர் தன் கண்ணீரைத் துடைத்துக் கொண்டார்.

பின் தன் குரலைச் சாதாரணமாக்கிக் கொண்டு,

"நீங்க வந்த விஷயம் சொல்லுங்க. இல்லை ஹரணி வந்தவுடனே நான் உங்களிடம் பேசச் சொல்கிறேன்" என்றார்.

"இல்லை இந்தத் திருமணம் நடந்தால் ஹரணி உசிலம் பட்டியில் தான் இருக்கும் படி இருக்கும். அங்கு வந்துவிட்டு வீடு பிடிக்கவில்லை, வீட்டை விற்க வேண்டும் என்று சொல்லும் படி நடந்து கொள்ளக் கூடாது. அதைச் சொல்லிவிட்டு போகத்தான் வந்தேன்".

"அப்படி யெல்லாம் என் பெண் செய்ய மாட்டாள். அவள் அப்பாமாதிரி நீங்கள் கவலைப் பட வேண்டாம்"

"எதற்கும் நான் ஹரணியிடமே பேசிவிடுவது நல்லது என்று நினைக்கிறேன்". என்றான் கௌதம்.

"தம்பி, திருமணம் செய்வது என்று வந்து விட்டால் ஒவ்வொரு பெண்ணும் தன் எதிர்காலத்தைக் கற்பனை செய்வாள். கற்பனையும் நிஜத்தையும் ஒரு பெண் எப்படி கையாளுகிறாள் என்பதில் தான் அவளுடைய சாதுரியம் இருக்கிறது. நீங்கள் ஏதாவது சொல்லி அவள் தேவையில்லாததைக் கற்பனை செய்து கொண்டு திருமணத்தையே மறுத்துவிட்டால்?"

காந்திமதியின் வார்த்தைகள் கௌதமைத் திடுக்கிட வைத்தன. ஒரு வேளை அப்படியும் நடக்குமோ?

யோசனையுடன் காந்திமதியைப் பார்த்தான் கௌதம்,

"தம்பி நான் ஹரணியிடம் விவரம் சொல்லி வைக்கிறேன். எல்லாம் சரியா நடக்கும் கவலைப் படாதீர்கள்" காந்திமதியின் வார்த்தைகள் உறுதியாக இருந்தாலும் காந்திமதி ஏதோ ஒரு தயக்கம் காட்டுவது போல மனத்தில் இடறியது.

ஹரணி தன்னுடையவளாக வேண்டும் என்ற சுய நலத்தை தவிர வேறு எதையும் கௌதம் மனத்தில் கொள்ளவில்லை.

அத்தியாயம் 15

காரிலிருந்து இறங்கினாள் ஹரணி. கம்பெனியை மாற்றி ரிஜிஸ்டர் செய்தாகி விட்டது. அது முடிந்து வருவதற்கு நேரமாகிவிட்டது. வீட்டிலிருந்து வெளிப்பட்டான் கௌதம். அவளைப் பார்ப்பதற்காக வந்தானோ?

அவள் வயிற்றில் பட்டாம் பூச்சி பறந்தது. இத்தனை நாள் வேலை வேலை என்று சுற்றியதில் கௌதமை மனதின் ஒரு ஓரத்தில் தள்ளி வைக்க முடிந்தது. ஆனால் இப்படி ரத்தமும் சதையுமாக வந்து நேரில் வந்து நிற்கையில் மூளை மரத்துப் போகிறது.

"வேலையெல்லாம் முடிந்துவிட்டது போல" என்றான் அருகில் வந்து.

அவனுடைய அருகாமை ஹரணியை என்னவோ செய்தது. காரின் பின் கதவைத் திறக்கும் சாக்கில் நகர்ந்து கொண்டாள். குனிந்து காகிதக் கட்டுக்களை எடுப்பதாகக் காட்டிக் கொண்டு படபடப்பை மறைத்தாள். ஒருவாறாக தன்னை சமாளித்துக் கொண்டு நிமிர்ந்தவள் கண்ணில் கௌதமின் சட்டைக் காலரும் அவனுடய கழுத்தும் பட்டது. அவ்வளவு நெருக்கமாக நின்று கொண்டிருந்தான். அவனது வலக்கை காரின் மேலும் மறுகை திறந்திருந்த கதவின் மேலும் இருந்தன. முழுவதுமாய் அவளை சிறைவைத்து இருந்தான் அவன். விலகிப் போக முடியாத நெருக்கம். கன்னம் சிவந்தாள் ஹரணி.

"இது என்ன விளையாட்டு? நகருங்கள் கௌதம்" சொன்ன படியே நகர முயன்றாள்.

"நீ எவ்வளவு அழகாயிருக்கிறாய் தெரியுமா? என்றபடி ஹரணியின் கலைந்து கிடந்த கேசத்தை தடவி

விடுவது போல கைகளைக் கொண்டு போனான் கௌதம்.மிரண்டு போய் அவனைப் பார்த்தாள் ஹரணி.

வினாடி நேரத்தில் கைகளை விலக்கி சட்டென்று நகர்ந்தான். ஹரணி பெருமூச்சு விட்டபடி வீட்டை நோக்கி நகர்ந்தாள்

"என்னை உனக்குப் பிடித்து இருக்கிறாதா ஹரணீ?" பின்னாலிருந்த படி மெல்லிய குரலில் கேட்டான் கௌதம்.

சட்டென்று நின்று திரும்பினாள் ஹரணி. அவசரத்தில் கையிலிருந்த காகிதகட்டுக்கள் நழுவின. அவள் அதைக் கண்டு கொள்ளவில்லை. கௌதமை நேராகப் பார்த்தாள். என்ன பதில் சொல்வாள்? அதுவும் அவள் மனமே குழம்பிக் கிடக்கையில். அதனால் எதிர் கேள்வி கேட்டாள்

"ஏன் அப்படி கேட்கிறீர்கள் திருமணத்திற்கு இன்னும் சில நாட்களே இருக்கும் போது?"

நடந்து வந்து குனிந்து கீழே கிடந்த காகிதங்களை பொறுக்கி அவள் கையில் திணித்தான் கௌதம்.

"இத்தனை வசதிகள் எங்கள் வீட்டில் இல்லை. அதை முதலிலேயே நீ தெரிந்து கொள்வது நல்லது"

"சரி"

"என் பெற்றோர் என்னுடன்தான் இருப்பார்கள்"

"சரி"

"குடும்பப் பொறுப்பு முழுவதும் உன்னுடையதுதான். எதெற்கெடுத்தாலும் என்னை எதிர்பார்க்க முடியாது"

"சரி"

"என் அக்காவையும் சித்ராவையும் உனக்கு பிடிக்காமல் போகலாம்"

"சரி" ஹரணி எல்லாவற்றையும் ஒரு விளையாட்டாக்க முயன்றாள். எதையும் ஆராய்து கொண்டு

உட்கார்ந்திருந்தால் விளைவு என்ன ஆகுமோ என்ற பயம் அவளுக்கு இருந்தது

" இது விளையாட்டல்ல, வாழ்க்கை ஹரணி! கொஞ்சம் நிதானமாக யோசித்துப் பார். காலம் கடந்துவிடவில்லை"

"என்ன சொல்கிறீர்கள் கௌதம்? திருமணம் வேண்டாமென்றா? எனக்குப் புரியவில்லை." என்று ஹரணி சொன்னாலும் அவன் என்ன சொல்ல வருகிறான் என்று அவளுக்குப் புரிந்தே இருந்தது. நடந்து போய் படிகளில் உட்கார்ந்து கொண்டாள்.

"நான் எதுவும் யோசிக்காமல் இல்லை. நீங்கள் கலிஃபோர்னியாவில் பெர்க்கிலி யுனிவெர்ஸிட்டியில் படித்தவர். ஆறு ஆண்டுகள் அமெரிக்காவில் வாழ்ந்து இருக்கிறீர்கள், இந்தியா திரும்பி வந்து மூன்று ஆண்டுகள் ஆகின்றன. ஒரு மெக்கானிக் ஷாப் வைத்து நடத்துகிறீர்கள். கோவையிலும் மதுரையிலும் கடைகள் இருக்கின்றன. பெற்றோரும் உங்கள் சகோதரிகளும் உங்களுக்கு மிக முக்கியமானவர்கள் - உங்கள் கண்கள் போல! நான் சொல்வது சரிதானா?"

ஹரணியை வியப்பாகப் பார்த்தான் கௌதம். உனக்கு எப்படி எல்லாம் தெரியும் என்று கேட்காமலே கேட்டது அவன் பார்வை.

" என்னைத் தேடிவந்து நீங்கள் திருமணம் செய்யக் கேட்டபோதே இதை யெல்லாம் நான் விசாரித்துத் தெரிந்து கொண்டேன்" நிதானமாக பதில் சொன்னாள் ஹரணி

கௌதமும் அவள் பக்கத்தில் வந்து உட்கார்ந்தான்.

"ஆனால் நான் கேட்ட கேள்விக்கு நீ இன்னும் பதில் சொல்லவில்லையே? ஹரணியைக் கேட்டான் கௌதம்

"வாழ்வது ஒரு கிராமம் என்றாலும் உங்களுக்கு என்று ஒரு கொள்கை, லட்சியம் என்று இருப்பதினாலேயே அங்கே இருக்கிறீர்கள் என்பது எனக்குப் புரிகிறது. நான் அதற்கு உறுதுணையாக இருப்பேன் என்று உங்களுக்கு என் மேல் அபாரமான நம்பிக்கை. அந்த நம்பிக்கையின் அடிப்படையில் தான் திருமணத்திற்கு சம்மதித்தேன்"

"அப்படியானால்?

" நான் திருமணத்திற்கு முழுமனதாக சம்மதிக்கிறேன். அதனால் உங்கள் கவலையும் சந்தேகங்களும் அர்த்தமற்றது" மென்மையாகப் புன்னகைத்தாள் ஹரணி. தனது பதிலை கௌதம் நம்ப வேண்டுமே என்று கடவுளிடம் வேண்டிக் கொண்டாள். அவள் பார்வை கௌதமின் முகத்தில் பதிந்து இருந்தது.

அவனோ மிக மகிழ்ச்சியோடு எழுந்தான். ஹரணியின் கையிலிருந்த காகித கட்டுக்களை தான் வாங்கிக் கொண்டு அவள் எழ கை நீட்டினான் வெட்கத்துடன் ஹரணி அவன் கரம் பற்றினாள்.

அத்தியாயம் 16

"இன்னும் இரண்டு நாள் கழித்துக் கிளம்பியிருந்தால் நல்லாயிருந்திருக்கும்," காந்திமதி கௌதமிடம் சொல்லிக் கொண்டிருந்தார்.

"என்ன அத்தை பண்றது? சித்ராவிற்கு டெலிவரியாயிடுச்சுன்னு மதுரா ஃபோன் வந்ததால் தானே! இப்படித் திடுதிப்புன்னு கிளம்பற மாதிரியாயிடுச்சு," புதுக் கணவன் தன் தாயிடம் பேசியதை ஒரு காதாலும் வினய் பேசுவதை மறு காதாலும் கேட்ட படி ரெயில் பெட்டிக்குள் உட்கார்ந்திருந்தாள் ஹரணி. காலையில் கோயிலில் திருமணம். மதியம் திருமணத்தைப் பதிவு செய்து கொண்டிருக்கையில்தான் அந்த ஃபோனும் வந்தது. சித்ராவிற்குப் பெண் குழந்தையென்று! உடனே போக வேண்டுமென்று அவசரப் பட்டான் கௌதம்.

"என்ன அக்கா, நான் பேசிட்டேயிருக்கேன் நீ பேசாம இருக்கே?''

"நீ சொல்றதும் சரிதானே! என்ன ஏதுன்னு ஒண்ணும் தெரியாத இடத்துக்குத் தெரியாத மனுஷங்களோடு இருக்கப் போறேன்னு நினைச்சாக் கொஞ்சம் யோசனையா இருக்கு."

"அக்கா ஆரம்பிச்சு வைச்சது நீதான். இப்ப உன் மேலேயே உனக்குச் சந்தேகம் வருதா?"

"அதில்லேடா அவசரம்னா ப்ளேனில் மதுரை போக வேண்டியதுதானே? அதை விட்டுட்டு இப்படி இரயிலில் போய்கிட்டு... அதுதான் புரியலை?"

"ப்ளேன் டிக்கெட் நம்ம தானே போட்டிருக்கணும்?"

"நீயும் என்னைக் குழப்பாதேடா" என்றவள் ஜன்னலில் முகம் வைத்து, "அம்மா" என்று அழைத்தாள்.

காந்திமதியும் கௌதமும் ஒருசேரத் திரும்பிப் பார்த்தார்கள். இருவரும் ஜன்னல் பக்கம் நடக்க,

"என்னம்மா?" காந்திமதி முகத்தில் பெருமையும் அன்பும் பொங்கி வழிந்தன.

"நீங்க தம்பி பாம்பேயிலிருந்து வந்தவுடனே அங்கே உசிலம்பட்டிக்கு வறீங்களாம்மா?" ஏக்கத்துடன் கேட்டாள் மகள்.

"கண்டிப்பா வருவோம், அக்கா நீ கவலையே படாதே, நான் எவ்வளவு சீக்கிரமா எல்லாத்தையும் முடிக்க முடியுமோ அவ்வளவு வேகமாக முடிச்சிட்டு பாம்பேயிலிருந்து வந்துடுவேன்," பக்கத்திலிருந்த வினய் வேகமாகச் சொன்னான்.

பெட்டிக்குள் இன்னும் இரண்டு பேர் வந்தனர். "சார் இது எங்க சீட்னு நினைக்கிறேன்," வந்தவர் சொல்ல வினய் எழுந்தான்.

"போய்ட்டு வா அக்கா. பத்திரமா இரு," என்றவன் வேகமாக இறங்கி ஜன்னல் அருகில் வந்தான். கௌதமும் ஏறி ரெயில் பெட்டிக்குள் வந்தான்.

"ஹரணி உன் அப்பாவோட ஆத்மா இன்னைக்கு ரொம்பச் சந்தோஷப் படும்மா," கண்களில் நீர் துளிக்க ஜன்னலிலிருந்த மகளின் கையை அழுத்தினார் காந்திமதி.

கௌதமும் தானும் பேசியது பற்றி மகளிடம் சொல்லவேயில்லை. இனி மகளைப் பார்க்க வாய்ப்பு எப்போது கிடைக்குமோ? துளிர்த்த கண்ணீர் கன்னங்களில் வழிந்தோடியது.

ஹரணியின் பின்னால் கௌதம் வந்து நின்றான். வண்டி மெதுவாக நகர ஆரம்பித்தது. அம்மாவும் தம்பியும் கண்களிலிருந்து மறைய மறைய, எட்டித் தலையை நீட்டிப் பார்த்தாள் ஹரணி.

"பாத்தும்மா எவனாது கழுத்திலிருப்பதை அறுத்துட்டுப் போயிடப் போறான்" குரல் கேட்டுத் திரும்பினாள். எதிர்த்த சீட் பெண்மணி.

வினாடி நேரத்தில் ரயில் வேகம் எடுத்தது. சட்டென்று திரும்பி ஜன்னலைப் பார்த்தாள் ஹரணி. ரயில் ஸ்டேஷனை விட்டு வெளியே வந்திருந்தது. இந்த வினாடியில் தன் வாழ்க்கை ஒரு புதுப் பாதை எடுத்து விட்டதைப் போல் இருந்தது ஹரணிக்கு. இவள் இல்லாமல்

அம்மா என்ன செய்வாள்? திரும்பிக் கௌதமைப் பார்த்தாள் சின்னதாய்ப் புன்னகை செய்தான் அவன்.

எதிர்த்த சீட் அம்மா நியூஸ் பேப்பரை விரித்துத் தன்னுடைய சாப்பாடு பொட்டலங்களைப் பிரிக்க ஆரம்பித்தாள். வாழையிலையில் சூடாக மடிக்கப் பட்டிருந்த தயிர் சாதமும் ஊறுகாயும் ஹரணி தான் காலையிலிருந்தே சரியாகச் சாப்பிடவில்லை என்று நினைவூட்டியது.

"புதுசாக் கல்யாணம் ஆனவங்களா?" கேட்ட படி இவளிடம் ஒரு பொட்டலத்தை நீட்டினாள் அந்த அம்மா.

"இல்லை வேண்டாம், பரவாயில்லை. நாங்களும் எடுத்து வந்திருக்கிறோம்," என்றாள் ஹரணி.

"பரவாயில்லையம்மா சாப்பிடு, இரண்டு பேர் மூஞ்சியும் பசியில் சுருங்கிக் கிடக்கு," என்றவர் தான் குனிந்து சாப்பிட ஆரம்பித்தார். அவர் கணவர் தன் சப்பாத்தியைச் சுவைக்க ஆரம்பித்தார்.

ஒருவரின் முகத்தைப் பார்த்துப் பசியை அறிந்து கொள்ள முடியுமா? ஆச்சரியமாக இருந்தது ஹரணிக்கு. காந்திமதிக்குக் கடிகாரம் பார்த்துத்தான் சாப்பிடும் நேரம் தெரியும்!

இவள் கையிலிருந்த பொட்டலத்தைக் கௌதம் தான் பிரித்து விரித்தான். ஒரே வரிசையில் எதிரும் புதிருமாக உட்கார்ந்து கொண்டு கணவனும் மனைவியும் சாப்பிடத் தொடங்கினர். இருவரும் ஒரே நேரத்தில் குனிந்ததால் தலையை முட்டிக் கொண்டனர். ஹரணி வெட்கத்துடன் சற்றுத் தள்ளி உட்கார்ந்தாள், இருந்தாலும் அவ்வப்போது இருவர் விரல்களும் மெல்லியதாக உரசிக் கொண்டன. அந்நியர் முன்னிலையில் பேச்சு எதுவும் இல்லாமல் ரயிலின் ஆட்டத்தில் அங்கே மௌனமாக ஒரு நாடகம் நடந்தது.

சாப்பிட்டானதும் மௌனமாகவே ஹரணி படுக்கத் தயார் செய்தான் கௌதம். ஏதேதோ யோசனைகளுடன் ஏறிப் படுத்தாள் ஹரணி. பலர் முன்னிலையில் படுத்து இருக்கிறோம் என்ற ஒருவிதத் தவிப்புடன் எத்தனை நேரம் விழித்திருந்தாளோ தெரியாது. தோளை மெதுவாகத் தொட்டு "மதுரை வந்துவிட்டது ஹரணி" என்று கௌதம் எழுப்பிய

பின்தான் விழித்தாள். ரயில் பெட்டி மெதுவாகப் பரபரப்பாய் விழிக்க ஆரம்பித்திருந்தது.

கௌதம் தன்னையே பார்த்துக் கொண்டு இருப்பதைப் பார்த்தவள் வேகமாகத் தன் ஆடைகளைச் சரி செய்தாள். இருவரும் தங்கள் சாமான்களை எடுத்துக் கொண்டு இறங்க அவர்களை எதிர் கொள்ளச் சீனு ஓடி வந்தான்.

அத்தியாயம் 17

"என்னடா நீ இங்கே வந்து நிக்கிறே? சித்ரா கூட இருக்கச் சொன்னேனில்லே?"

"அய்யா தான் அனுப்பினாங்க. அதுவுமில்லாமல் சித்ராக்கா அங்கே ஆஸ்பத்திரியிலே கலாட்டா பண்ணிட்டு காலைல ஊருக்குப் போயிருச்சு" என்றான் சீனு.

"என்னடா? என்ன ஆச்சு?"

"அதை விடுங்கண்ணே! அண்ணி காத்துகிட்டு இருக்காங்க பாருங்க! நீங்க வாங்க அண்ணி போலாம்" என்றவன் பெட்டிகளைத் தூக்கிக் கொண்டு வேகமாக நடக்க ஆரம்பித்தான்.

"டேய், டேய், விவரமாச் சொல்லுடான்னா" என்றபடி கௌதம் அவனைத் தொடர, ஹரணி மௌனமாகக் குழப்பத்துடன் அவர்களைத் தொடர்ந்தாள்.

அந்த இளங்காலை வெளிச்சத்தில் மதுரை மாநகரம் பழமை கலந்த புதுமையாகப் பளிச்சிட்டது. வண்டியில் இருவரும் ஏறிக் கொள்ளச் சீனு வண்டியைக் கிளப்பினான்.

"அக்கா வீடு பக்கத்தில்தான். ஒரு நிமிஷம் அப்படியே போயிட்டுப் போகலாமாண்ணே?"

கண்ணை மூடி யோசித்த கௌதம், "சரி சரி சீக்கிரமா அங்கிருந்து கிளம்பிடணும்" என்றதும் சந்தோஷமாகத் தலையாட்டினான் சீனு.

"அப்படி என்ன கலாட்டா நடந்தது?" கேள்வி கேட்டான் கௌதம்.

"முந்தா நாள் ராத்திரியே பிரசவத்தில சித்ராக்கா ரொம்பக் கஷ்டப் பட்டுட்டாங்க. நேத்து ராத்திரி பிள்ளையைப் பார்க்க வந்த அவங்க மாமியார் ஏதோ கத்த, நம்ம மதுராக்கா திருப்பிச் சத்தம் போடப் பெரிய ரகளையாயிடுச்சு. சித்ராக்கா அழுவ ஆரம்பிச்சிட்டாங்க. நான் மதுரையிலேயே இருக்க மாட்டேன்னு பிடிவாதம் பிடிக்க ஆரம்பிச்சாங்க. காலையில உசிலம் பட்டிக்குக் கிளம்பிப் போயிட்டாங்க."

இப்படியெல்லாம் ஒருவரால் பொது இடத்தில் சண்டை போட முடியுமா!? ஹரணி யோசித்தாள்.

ஆனால் அதற்குள் சீனு ஒரு வீட்டிற்கு முன்னால் வண்டியை நிறுத்தினான்.

"வாங்கண்ணே! உள்ளே வாங்க" சீனு வற்புறுத்தி அழைக்கக் கௌதம் இறங்கிக் கொள்ள, ஹரணியும் தயக்கத்துடனே இறங்கினாள். சீனு அவனுடைய அக்காவின் காதில் மெதுவாய்க் கிசிகிசுத்தான்.

அவளும் சிரித்தபடி "வா கௌதம், வாம்மா உள்ளே வா " என்று அழைத்துப் போய் அவர்கள் குளிக்க ஏற்பாடு செய்தாள்.

சங்கடமே இல்லாமல் கௌதம் அவர்களுடைய விருந்தோம்பலை ஏற்றுக் கொண்டான். ஹரணிக்குத் தான் கொஞ்சம் கூச்சமாக இருந்தது. அம்மா, அப்பா, வினய் தவிர மற்றவர்களிடம் எல்லாமே பிசினஸ் வகைப் பழக்கம் தான்.

கௌதம் குளித்துக் கொண்டிருக்கையில் ஹரணியிடம் பச்சை நிறத்தில் ஒரு புதுக் காட்டன் சேலையையும், சட்டையையும் எடுத்துக் கொடுத்தாள் சீனுவின் அக்கா. ஹரணி மறுத்துப் பார்த்தாள்.

"சும்மா வாங்கிக்கோ, தம்பி ஒண்ணும் சொல்லாது. கல்யாணமாகி முதமுதலா வந்திருக்கே. வாங்கிக்கோ" என்று வற்புறுத்தி அவள் கையில் திணித்தாள் அந்தப் பெண்மணி.

ஒன்றும் சொல்ல முடியாமல் வாங்கிக் கொண்டு குளிக்கப் போனாள் ஹரணி. பச்சைத் தண்ணீர்க் குளியல் முதலில் பயம் காட்டினாலும் பிறகு ஒரு புதுவிதப் புத்துணர்ச்சி பிறந்தது. பயணக் களைப்பும் பறந்தோடியது. குளித்து முடித்து வந்தவள், சுடச் சுட இட்லி இலையில் பறிமாறி இருக்கப் பசியோடு உண்டாள். பக்கத்திலேயே இருந்து பார்த்துப் பார்த்து அந்தப் பெண்மணி பரிமாறினாள். தினம் தினம் சென்னையிலும் தான் சாப்பிட்டு இருக்கிறாள் ஹரணி. ஆனால் அவளுக்கு இப்படி யாரும் பரிமாறியதில்லை. எல்லாவிதப் பலகாரங்களும் மேஜையில் இருக்கும். அவரவர் விருப்பப் பட்டதை அவரவர் எடுத்து வைத்துக் கொண்டு சாப்பிடுவார்கள்.

இந்தப் பரிவும் பண்பும் ஏனோ இதமாக இருந்தது ஹரணிக்கு. சென்ன¨யை விட்டு வெகு தூரம் வந்து விட்டது போலிருந்தது. பரபரப்பான சென்னை வாழ்க்கைக்கும் இனித் தன்னுடைய வாழ்க்கைக்கும் பெரிய வித்தியாசம் இருப்பதை மெல்ல மெல்ல அவள் உணர ஆரம்பித்தாள்.

எதிரில் இருக்கும் கௌதமை நிமிர்ந்து பார்த்தாள். அவனோ வேக வேகமாகத் தலை நிமிராமல் சாப்பிட்டுக் கொண்டிருந்தான். அவன் சாப்பிடும் வேகத்தை ஒரு அதிசயமாகப் பார்த்தாள் ஹரணி. இவள் பார்வையை உனர்ந்தவன் போல் தலையை உயர்த்தினான் அவன்.

"சாப்பிடு. வீட்டுக்குப் போய்ச் சாப்பிட எவ்வளவு நேரமாகுமோ தெரியாது,'' என்று மொட்டையாகச் சொன்னவன் இலையை விட்டு எழுந்தான்.

சென்னையில் தான் பார்த்த கௌதமிற்கும் இங்கே பார்க்கும் கௌதமிற்கும் கூட நிறைய வித்யாசம் இருப்பதாகப் பட்டது ஹரணிக்கு.

"கௌதம், மீனாட்சியம்மன் கோவிலில் திருக்கல்யாணம் அதையும் பார்த்துட்டு ஊருக்குக் கிளம்புங்க," என்ற சீனுவின் சகோதரி ஹரணிக்குக் குங்குமம் கொடுத்து, இருவரையும் விடை கொடுத்து அனுப்பினாள்.

அத்தியாயம் 18

கார் ஊரை நோக்கிப் போய்க் கொண்டிருந்தது சிறு பிள்ளையாகி ஜன்னல் வழியாக வேடிக்கை பார்த்துக் கொண்டிருந்தாள் ஹரணி. அவளைப் பார்த்த படி இருந்தான் கௌதம். அப்பா வீட்டில் கல்யாண விஷயத்தைச் சொல்லவில்லை? என்ன நடக்கும்? எவ்வளவு தூரம் ஹரணியிடம் விஷயத்தைச் சொல்லலாம்? சொல்லலாமா வேண்டாமா? என்று கௌதம் கொஞ்சம் குழம்பிக் கொண்டிருந்தான்.

அப்பா அம்மா ஹரணியை எப்படி வரவேற்பார்கள்? மதுரா அக்கா அவனுடைய திருமணத்தையும் ஹரணியையும் எப்படி எதிர் கொள்வாள்? என்று வேறு யோசிக்க வேண்டியிருந்தது. திருமணத்திற்குப் பின் ஹரணியிடம் தனியாகப் பேசச் சரியான வாய்ப்பு இன்னும் அவனுக்குக் கிடைக்க வில்லை. ஹரணியிடம் விவரம் சொல்ல வேண்டும் என்று முடிவெடுத்தவனாய் மனைவியைப் பார்த்தான்.

ஹரணியின் கவனம் முழுவதும் வெளியே இருந்தது. முன்னால் வண்டியை ஓட்டிக் கொண்டிருந்த சீனுவை ஓரக்கண்ணால் பார்வையிட்டான் கௌதம். வண்டியை ஓட்டுவது போல் இருந்தாலும் அவனுடைய கவனம்பாதி பின்னால் நடப்பதில் இருப்பது புரிந்தது.

மெல்லக் கையை ஹரணியின் கை மேல் வைத்தான். அவள் வளையல் மெல்லச் சிணுங்கியது. திரும்பிப் பார்த்தாள் ஹரணி. அவள் கன்னங்கள் மெல்லச் சிவந்தன. சீனு தங்களைக் கவனிப்பதைப் புரிந்து கொண்டவளாய் "இன்னும் எவ்வளவு தூரம்?" பொதுவாய் ஒரு கேள்வியைக் கேட்டு வைத்தாள்."இன்னும் அரை மணியில் போயிடுவோம் அண்ணி" கௌதம் பதில் கொடுக்குமுன் கண்ணாடி வழியாக முந்திக் கொண்டு பதில் சொன்னான் சீனு.

சீனுவின் செயலால் ஹரணிக்குச் சிரிப்பு வந்தது. கௌதமைப் பார்த்து மெல்லச் சிரித்தாள். என்னவோ கணவனுடன் ஒரு ரகசியம் பேசுவது போல் இருந்தது அவளுக்கு. மனைவியைப் பார்த்து மௌனமாகப் புன்னகைத்தான் கௌதம்.

ஹரணி நிஜமாகவே அவனுடையவளாகி விட்டாள். ஆனால் அவளால் உசிலம்பட்டியில் சந்தோஷமாக இருக்க முடியுமா? ஒரு வேளை வீட்டில் யாருக்கும் ஹரணியைப் பிடிக்கா விட்டால்? கேள்வி மேல் கேள்வி எழுந்து கௌதமைக் குழம்பிக் கொண்டிருந்தன. பெருமூச்சு விட்டவனாய் மனைவியின் கையை அழுத்தினான்.கணவனை

ஆழமாகப் பார்த்தாள் ஹரணி.அவன் மனதளவில் எங்கோ இருப்பது ஹரணிக்குப் புரிந்தது. என்னவாக இருக்கும்? சித்ராவைப் பற்றி யோசித்துக் கொண்டிருப்பானோ? மூன்றாம் மனிதர் எதிரில் என்ன எது என்று விசாரிக்க விருப்பமில்லாமல் பின்னால் சாய்ந்து கொண்டு கண்ணை முடினாள். கணவனின் கையிலிருந்து தன் கையை எடுக்கத் தோன்றவில்லை.

ஆழம் தெரியாமல் காலை விட்டாகி விட்டது இனி எதிர் நீச்சல் போட்டுத்தான் ஆக வேண்டும். மீனாட்சியம்மன் கோயிலில் திருக் கல்யாணம் பார்த்து விட்டுக் கோவிலில் இருவரும் மீண்டும் மாலை மாற்றிக் கொண்டது மனதிற்கு ஏனோ மிகவும் இதமாகவும் மகிழ்ச்சியாகவும் இருந்தது. கோவிலில் சரியான கூட்டம். எதையும் சரியாகப் பார்க்க முடியவில்லை. இன்னும் ஒரு முறை முடிந்தால் வந்து போக வேண்டும்.கோவிலில் போட்டிருந்த மாலை மடியில் கனத்தது. அதை அனுபவித்த படியே கண்ணயர்ந்தாள் ஹரணி.வண்டியின் வேகம் குறையவே விழித்துப் பார்த்தாள். வண்டி பஸ் நிலையத்தைத் தாண்டி ஊருக்குள் நுழைந்து கொண்டிருந்தது வேகமாகச் சென்ற லாரி கிளப்பிய புழுதி கண்ணை மறைத்தது.

இது தான் அண்ணி நம்ம ஒர்க்ஷாப்" சீனு கையை நீட்டிக் காட்டினான். திரும்பிப் பார்த்தாள் ஹரணி.

வண்டியைப் பார்த்ததும் கடையிலிருந்து வெளியே வந்த பெரியவர் காரின் பின்னால் வேகமாக நடக்க ஆரம்பித்தார். கௌதமின் அப்பாவோ? இயல்பாய்த் தலையைச் சரி செய்து கொண்டாள். கணவனை ஏறிட்டு நோக்கினாள். அவனும் நேராக நிமிர்ந்து உட்கார்ந்தான். அவன் உடல் விறைத்துக் கொள்வதையும் கண்களில் ஒருவிதப் பளபளப்பு ஏறுவதையும் வியப்பாய்ப் பார்த்தாள் ஹரணி.

வண்டியில் கௌதமுடன் ஒரு பெண்ணைப் பார்த்ததினாலோ என்னவோ வண்டியின் பின்னால் இரண்டு

மூன்று பெண்கள் பெரியவர்கள் சிறுவர்கள் என்று காரைச் சூழ்ந்து கொண்டு நடந்தனர். எல்லோர் கண்களும் தன் மேல் இருப்பதை ஹரணியால் நன்றாக உணர முடிந்தது.அம்மாவும் வினய்யும் தன்னுடன் இருந்திருந்தால் கொஞ்சம் தெம்பாக இருந்திருக்கும் என்று நினைத்துக் கொண்டாள் ஹரணி.வீட்டின் முன்னால் வண்டி நின்றது.என்ன தான் கிராமமாக இருந்தாலும் மகன் திருமணமாகி வருகிறான் என்றால் உறவினர்கள் வாசலில் ஆவலாய்க் காத்திருக்க மாட்டார்களா என்ன?

வாசலில் யாரையும் காணவில்லை.

அவள் முகம் என்ன காட்டியதோ? அவள் கையை மிருதுவாக அழுத்தி விட்டு "இறங்கு ஹரணி வீடு வந்து விட்டது" என்ற கௌதம் தன் பக்கமாக இறங்கினான். சீனு பின்னால் ஓடிச் சென்று சாமான்களை எடுக்க தன் பக்கமாக இறங்கி காரைச் சுற்றி வந்து அவளுக்காக மாலைகளோடு காத்திருந்த கௌதமின் பக்கத்தில் யோசனையோடு நின்றாள் ஹரணி.

"வா ஹரணி உள்ளே வா" .கணவனை ஏறெடுத்துப் பார்த்தாள் ஹரணி. கண்களில் சந்தேகம் கேள்விகள் என்று போட்டி போட்டன.

சாமான்களை எடுத்துக் கொண்டு முன்னே போன சீனு ஏதாவது சொல்லியிருக்க வேண்டும். அவன் பின்னாலேயே ஒரு வயதான பெண்மணி வேகமாக வர அவர் பின்னால் அவர் மகள் போல ஒரு பெண்ணும் வந்தனர். மதுராவாக இருக்குமா?

"என்ன தம்பி? சீனு என்னவோ அண்ணி அது இதுன்னு உளறித் தள்ளாறான்" கேட்டாள் பின்னால் வந்த பெண்மணி. கௌதமின் கைகளில் மாலைகளைப் பார்த்தவுடன் அதிர்ந்து நின்றாள் அந்தப் பெண்.

"என்னய்யா கௌதம்? என்ன இது?" கேட்டார் அந்த வயதான பெண்மணி.

அத்தியாயம் 19

"அம்மா .. . இது ஹரணி, என் மனைவி" என்றான் கௌதம்.

'ஆங்' என்று நெஞ்சில் கையை வைத்தாள் மதுரா, சீனு ஏதோ கிண்டல் அடிக்கிறான் என்று தானே இவள் கவனத்துக்கு வந்தது?

"என்ன பாத்துக்கிட்டே இருக்கிற, உன் மருமக, வாசுவோட மக, போய் ஆரத்தி கரைச்சுட்டு வா வீட்டுக்குள்ளே வரட்டும்," என்ற படித் தோளில் இருந்த துண்டை உதறிய படி உள்ளே வந்தார் அந்தப் பெரியவர். காரின் பின்னால் வேகமாக நடந்து வந்ததால் மூச்சிறைத்தது அவருக்கு. அப்படியே திண்ணையில் உட்கார்ந்தார். தாய் உள்ளே சென்றார்.

அவர் தோரணையும் பேச்சும் கௌதமின் தந்தை என்று ஹரணிக்கு உடனே புரிந்தது.

"சித்ரா எப்படியிருக்காப்பா?" கௌதம் கேட்டான்.

"ஆமாமா, அக்கா தங்கச்சி மேலே ஒரே பாசம் அதான் சொல்லாமக் கொள்ளாமக் கல்யாணம் பண்ணிட்டு வந்து நிக்கிறே," மதுரா பெரிய குரலெடுத்துக் கத்தினாள்.

"கலாட்டா பண்ணாதே மதுரா, கௌதம் எனக்கு விவரம் சொல்லிட்டுத் தான் எல்லாம் பண்ணியிருக்கான்," கௌதமின் அப்பா மகளை அடக்க முயன்றார்.

சுற்றிக் கூடியிருந்த கூட்டம் பெரியதாக ஆரம்பித்தது. கூனிக் கூசினாள் ஹரணி. கௌதமின் மேல் கோபம் கோபமாக வந்தது அவளுக்கு.

"தங்கை பிரசவம் என்று சொன்னானே? ஆனால் இங்கே வேறு கதை நடக்கிறதே."

கௌதமைக் கேள்வியோடு பார்த்தாள். அவனோ அவள் பார்வையைக் கண்டு கொண்டதாகவே தெரியவில்லை.

"அக்கா சித்ராவை அலைய வைக்க வேண்டாம் என்று தான் சொல்லவில்லை."

"அடடா, தங்கச்சி மேலே அவ்வளவு அக்கறையிருந்தால் பிரசவத்திற்கு அப்புறம் கல்யாணத்தை வச்சிருக்க வேண்டியது தானே?" என்ற மதுரா எட்டி வந்து ஹரணியைப் பார்த்துப் பேசினாள்

"என்னம்மா சொல்லி என் தம்பியை ஏமாத்தினே?"

"அக்கா, நீ பேசுவது என் மனைவியோடங்கிறது நினைவிருக்கட்டும்," சீறி எழுந்தான் கௌதம்.

"ஆமாண்டா, நீ எங்களையெல்லாம் மறக்கலாம் நான் உன் பொண்டாட்டியைக் கோயிலில் வைச்சுக் கொண்டாடணுமா?"

"அக்கா நீ தான் எனக்குக் கல்யாணம் ஆகாதுன்னு கவலைப் பட்டே, இப்ப எனக்காகச் சந்தோஷப்படு. சண்டை போடாதே."

"நியாயத்தைச் சொன்னால் நான் சண்டைக் காரி, ராட்சஸி", மதுரா இப்படிக் கத்திக் கொண்டிருக்கையிலேயே ஆரத்தி கரைத்துக் கொண்டு வந்தார் கௌதமின் தாய்.

"சரி சரி, விடு, அவங்க உள்ளே வரட்டும், ஆரத்தி எடு வா," தாயின் கட்டளையை மறுத்தாள் மதுரா.

"அவன் உள்ளே வரட்டும் நான் போறேன்," என்றவள் தெருவில் இறங்கி நடக்க ஆரம்பித்தாள்.

செய்வதறியாமல் நின்றிருந்தாள் ஹரணி. பிசினஸ் விஷயத்தில் எத்தனையோ பிரச்னைகளைச் சமாளித்த அவளுக்கு வேடிக்கை தான் பார்க்க முடிந்தது.

கௌதமோ, "அக்கா இப்ப என்ன நடந்துடுச்சுன்னு இப்படிக் கிளம்பறே?" என்று கேட்டான்.

"டி.வி சினிமாவிலே பாக்காததா? பச்சைப் புள்ளக் காரி உள்ளே இருக்கா. இதையெல்லாம் பெரிசு படுத்தாம வீட்டுக்குள்ளே போ மதுரம்," கூட்டத்திலிருந்த யாரோ சொன்னார்கள்.

தெருவில் நடந்து கொண்டிருந்த மதுரா வேகமாகத் திரும்பி வந்து ஹரணி முன்னால் நின்றாள்.

"இந்தப் பட்டிகாட்டில் இருக்காதேடா! நல்ல பொண்ணாக் கிடைக்காதுன்னு சொன்னேன். இப்ப என்னை முட்டாளாக்கிட்டான் என் தம்பி. பட்டணத்துக் காரியைக் கூட்டிட்டு வந்து குடும்பம் நடத்தப் போறானாம். நானும் பார்க்கிறேன். நீ எத்தனை நாள் இந்தக் குண்டு சட்டியில் குதிரை ஓட்டுவேன்னு," சொல்லி விட்டு விறுவிறு என்று உள்ளே போனவள் திரும்பி வெளியே வரும் போது கையில் ஒரு சின்னப் பெட்டியோடு வந்தாள்.

"அப்பா, நான் கோயம்பத்துர் கிளம்பறேன்" என்ற படித் தெருவில் இறங்கி வேகமாக நடந்தாள். கௌதம் அவள் பின்னால் செல்லத் திரும்பினான்.

"போயிட்டு வரட்டும், மாப்பிள்ளை ரொம்பச் சந்தோஷப் படுவார்," என்று அவன் தந்தை தடுக்க, அப்படியே நின்று விட கூட்டத்தில் ஒரு சிலர் சின்னதாகச் சிரித்தனர்.

"மதுரா கோபக்காரி தான், ஆனால் தங்கமான குணம்," ஹரணிக்குப் பக்கத்திலிருந்து யாரோ சொன்னார்கள்.

"சரி சரி, நடக்க வேண்டியதைப் பாருங்க, ஆரத்தி எடுத்து உள்ளே கூப்பிடு முத்து," கூட்டத்தில் ஒரு கிழவி சொன்னாள்.

பக்கத்தில் நின்ற பெண்ணும் கௌதமின் தாயும் ஆரத்தி எடுக்க, கணவன் மனைவி இருவரும் வீட்டுக்குள் நுழைந்தனர். நுழைந்த அடுத்த வினாடி தெருவில் "ஓ" என்று அலறிய படி யாரோ ஓடி வந்தார்கள்.

"ஐயா சீனு, உங்க அப்பாவை லாரி அடிச்சிடுச்சிய்யா" அந்த அலறலில் ஒருவினாடி எல்லோரும் ஸ்தம்பித்து நின்றனர். மறு வினாடி கௌதம் முதற்கொண்டு அனைவரும் விபத்து நடந்த இடத்தை நோக்கி ஓடினர். கணவன் கையில் திணித்த மாலைகளைத் தாங்கிய படிச் சிலையாக நின்றிருந்தாள் ஹரணி.

அத்தியாயம் 20

என்ன செய்வதென்று புரியாமல் அப்படியே ஒரு சில நிமிடங்கள் நின்றிருந்தாள் ஹரணி. நடந்ததெல்லாம் யாருக்கோ நடந்தது போலிருந்தது. கௌதமின் அக்கா முகத்தின் முன்னால் நின்று கத்தி விட்டுப் போனது அவள் காதுக்குள்ளேயே இரைந்து கொண்டிருந்தது.

அக்காவிடம் போட்ட பந்தயத்தில் ஜெயிக்கவா இந்தத் திருமணம் நடந்தது? அம்மாவிற்கு இதெல்லாம் தெரியுமா? வினய் கோபப்பட்ட போது சின்னப் பிள்ளைத்தனம் என்று ஒதுக்கி விட்டாளே! இப்போது கண்ணைக் கட்டிக் காட்டில் விட்டது போலிருந்தது. கண்ணை மூடி ஒரு நிமிடம் நின்றாள்.

இப்போது என்ன செய்வது? எதைச் செய்தாலும் சரியாகச் செய்ய வேண்டும் அவசரப் பட்டு எந்த ஒரு முடிவும் எடுத்துவிடக் கூடாது. தனக்குள்ளேயே மீண்டும் மீண்டும் சொல்லிக் கொண்டாள், கண்களைத் திறந்து பார்த்தாள்.

வீட்டை முழுவதுமாக நோட்டம் விட்டாள். வாசலிலிருந்து பார்க்க ஒரு பெரிய சதுர அறையாக மட்டுமே தெரிந்தது மொத்த வீடே இவ்வளவு தானா என்ன? மெல்ல உள்ளே இரண்டு அடி எடுத்து வைத்தாள். ஒரு பெரிய ஹால் போல இருந்தது. அதன் ஓரத்தில் கட்டிலில் ஒரு பெண் துவண்டு போய்ப் படுத்திருந்தாள், ஆழ்ந்த உறக்கத்திலிருந்தாள். அவள் கை வளைவில் பஞ்சுப் பொதி போல் ஒரு குழந்தை, இது தான் சித்ராவோ?

அருகே ஒரு சாய்வு நாற்காலி இன்னொரு மூலையில் ஒரு சின்னத் தொலைக்காட்சிப் பெட்டி.

காரில் இருந்து இறக்கிய அவளுடைய சமான்கள் ஒரு ஒதுக்குப் புறமாகக் கட்டிலுக்கு எதிர்ப் புறத்தில் தொலைக்காட்சிப் பெட்டியின் அருகே வைக்கப் பட்டிருந்தன. கையிலிருந்த மாலை கனத்தது. யாரோ வேகமாக உள்ளே வருவது தெரிந்தது, திரும்பினாள்,

கௌதமின் தாய் தான்.

"நீ தனியா இருப்பேன்னு தான் ஓடிவந்தேன்."

என்ன பதில் சொல்வது என்று தெரியாமல் வாசலைப் பார்த்தாள் ஹரணி.

"தம்பி மருதை ஆஸ்பத்திரிக்குப் போயிருக்கு. எப்ப வருமோ தெரியாது," தன்னிடம் கவனத்துடன் பேசும் பெண்மணியை அளவெடுத்தாள் ஹரணி. மிகவும் வயதானவர் தான். அவருடைய கண்கள் மென்மையாக மௌனச் சிரிப்பு சிரித்தது. தன் தாயின் கண்களில் கண்டிப்பையே பார்த்திருந்த ஹரணிக்கு இவரைப் பார்க்கப் பாவமாக இருந்தது. அதனாலேயே அவளுக்கு அவரைப் பார்த்தவுடன் பிடித்து விட்டது.

"யாருக்கு ஆக்ஸிடண்ட்? என்ன ஆச்சு?" மெதுவாகக் கேட்டாள்.

"நம்ம சீனு அப்பா? மூட்டை தூக்கிப் பிழைப்பு நடத்தினார். லாரிக் காரன்கள் என்ன வேகமாப் போறனுங்க இப்பக் கால் போயிடும்னு நினைக்கிறேன் மருதை டாக்டர் என்ன சொல்வாரோ தெரியலை" என்றவர் அவள் கையிலிருந்த மாலையை வாங்கிச் சுவரில் மாட்டினார்.

"சாப்ட்டியா?"

வெறுமனே தலையாட்டினாள் ஹரணி, குழந்தை சிணுங்கியது. இருவரும் கட்டிலை நோக்கித் திரும்பினர். அரை மயக்கத்தில் இருந்த சித்ரா விழித்தாள்.

"உனக்கு ஒரு அண்ணியைக் கூட்டிடு வந்திருக்கான் உன் அண்ணே."

அந்த மயக்கத்திலும் சிரித்தாள் சித்ரா, "எனக்கு அப்பவே ஒரு சந்தேகம்."

என்ன சந்தேகம்? எப்ப சந்தேகம்? என்று கேட்பதற்கு முன் குழந்தை வீறிட்டு அழ ஆரம்பித்தது, சித்ரா எழுந்து உட்கார்ந்தாள்.

"ஒண்ணுக்குப் போயிடுச்சும்மா" என்ற படியே ஈரத் துணியை மாற்ற முயற்சித்தாள்.

"நீ விடு, ஈரத்தில் கை வைக்காதே, காய்ச்சல் வரும்" என்ற படி அவள் தாயார் குழந்தையை மாற்ற ஏனோ தான் சும்மா நின்று வேடிக்கை பார்த்துக் கொண்டிருப்பதாகப் பட்டது ஹரணிக்கு.

" இதுக்கு முன்னால் குழந்தையைத் தூக்கியிருக்கியா?"

"இல்லை"

"அதனாலென்ன பொம்பளைன்னாப் பழகிக்க வேண்டியது தான்" என்றவர்,

"இந்தா பிள்ளையைப் பிடி" என்று அவள் கையில் குழந்தையைக் கொடுத்து, "தலை பத்திரம்" என்று எச்சரித்து விட்டுச் சுற்றியிருந்த ஈரத் துணிகளை மாற்றத் தொடங்கினார்.

கையிலிருந்த குழந்தைக்கு ஏதாவது ஆகிவிடுமோ என்ற பயத்தில் தன் முழு கவனத்தையும் செலுத்தி அதையே பார்த்துக் கொண்டிருந்தாள். அந்தப் பிஞ்சு விரல்களும் சின்ன மூக்கும் பார்ப்பதற்கு விநோதமாக இருந்தது. ஒருவர் கையில் சுகமாய் இருக்கிறோம் என்ற சந்தோஷத்தில் தூக்கத்தில் சிரித்தது குழந்தை. மயங்கிப் போய் நின்றாள் ஹரணி. சித்ரா தன்னைக் கூர்மையாகக் கவனிப்பதை அவள் உணரவில்லை.

"எல்லாத்தையும் நீயே பார்க்கிற அக்கா எங்கேம்மா?" சித்ரா கேட்டாள்.

"கோயம்பத்தூர் போயிருக்கா," என்று மொட்டையாக சொன்னவர், "மதுரா கோபப் பட்டாலும் அவளை மாதிரி எடுத்துப் போட்டு வேலை பார்க்க யாரால முடியும்? என்ன பண்ணப் போறேனோ தெரியலை" என்ற அந்தத் தாய் ஹரணியைப் பார்த்துக் கேட்டாள்.

"உம் பேரு என்ன சொன்ன?"

"ஹரணி"

"அரணி, ம்ம் நல்ல பேர் தான்" என்ன நடக்குதுன்னு பார்ப்போம், அந்த அம்பாளுக்குத் தான் வெளிச்சம்" என்றபடி எழுந்து சென்றார்.

"என்னக்கா வீட்டுக்கு மருமவ வந்திருக்காளாமில்லை" என்ற படி ஒரு பெண்மணி உள்ளே வந்தாள்.

அவளுடனே இன்னும் இரண்டு வயதான பெரியவர்களும் உள்ளே நுழைந்தனர். வாசல் திண்ணையிலேயே இன்னும் இரண்டு பேர் வந்து உட்கார்ந்தனர். அவர்களின் பார்வை முழுவதும் ஹரணியின்

மேல் இருந்தது. ஒரு காட்சிப் பொருளாகத் தன்னை உணர்ந்தாள் ஹரணி.

அத்தியாயம் 21

"வாசுவோட பொண்ணா ? வாசுவுக்குச் சேலை கட்டி விட்ட மாதிரி இருக்கு" என்ற படி ஹரணியைச் சுற்றிச் சுற்றி வந்தாள் அந்தக் கிழவி.

தன் தந்தையை இவர்களுக்குத் தெரியுமா? ஹரணிக்கு ஆச்சரியமாக இருந்தது. அப்பாவிற்கு இந்தப் பக்கம் தொடர்பு இருந்தது என்பதே தெரியாதே?

"உங்க அப்பாவையும் இப்படித் தான் லாரி அடிச்சிடுச்சாமே?" கிழவி அவள் முகத்துக்கு நேராக ஹரணியைக் கேட்டாள். கையால் அவள் முகத்தை அப்படியும் இப்படியும் திரும்பினாள் அந்தக் கிழவி.

"ஏய் கிழவி, விடு, பட்டணத்துப் பொண்ணு மிரளுது பாரு," திண்ணையிலிருந்து குரல் வந்தது.

கிழவி ஹரணி கையிலிருந்து குழந்தையை வாங்கி சித்ரா பக்கத்தில் விட்டாள்.

"நீ உன் மாமியார் கிட்டே கோவிச்சிட்டு இங்கே வந்திட்டே, உன் அக்கா தம்பி பெண்டாட்டி கிட்டே கோவிச்சிட்டு மாமியார் வீட்டுக்குப் போயிட்டா," சித்ராவிடம் சொல்லிவிட்டுச் சிரித்தாள் அந்தக் கிழவி.

"ஆமாமா, அம்மா அம்மான்னு ஓடி வருவா, ஏதோ மாமியாக் காரியை இப்பத் தான் தேடி ஓடியிருக்கான்னு சந்தோஷப் பட்டுக்க வேண்டியது தான்."

நட்டநடு வீட்டில் நின்று கொண்டிருந்த ஹரணி தன்னைச் சுற்றி இருப்பவர்களை மனதுக்குள் எடை போட்டாள். வம்பு பேசுவது போல் தோன்றினாலும் உள்ளுக்குள் இருக்கும் அவர்களின் பிரியம் அவளுக்குப் புரிந்தது. ஒரு குடும்பத்தின் மேல் ஊரே வைத்திருக்கும் பாசம் புரிந்தது. இந்தப் பாட்டி வேறு அப்பாவைப் பற்றி ரொம்பத் தெரிந்தது போல் பேசுகிறாள். ஆனால் சென்னையில்

அம்மாவோ அப்பாவோ தங்கள் சிறு வயதில் தங்கள் உறவினர்களைப் பற்றி எதுவுமே பேசியது கிடையாது. திருமணம் என்று முடிவானவுடன் கூட அம்மா இவளிடம் எதுவுமே சொல்லவில்லையே ஏன்? கௌதமைக் கேட்டால் விவரம் தெரியுமா? எப்போது வருவான்? அம்மாவிடம் எப்படிப் பேசுவது? இங்கே டெலிஃபோன் எதுவும் கண்ணில் படவில்லையே. சித்ரா கையில் இருந்த குழந்தை சிணுங்க ஆரம்பித்தது.

"சரி தாயி, நீ பிள்ளையப் பாரு, நாங்க வாறோம். அளகான மருமவ தான் உனக்கு வாய்ச்சிருக்கா மா;¢யம்மா, ஏதாவது வேணுன்னா கேளு" என்று கௌதமின் தாயிடம் கூறிக் கொண்டு ஒவொருவராக வெளியேறினார்கள். சித்ரா கைக்குழந்தையை எடுத்துக் கொண்டு வாசல் பக்கம் இருந்த ஒரு சின்ன அறையை நோக்கி நடந்தாள்.

"அம்மா, அண்ணன் கிட்டே சொல்லி என் கட்டிலை இந்த ரூமில் போடச் சொல்லும்மா, எனக்கு வசதியாக இருக்கும்" என்றபடிச் சித்ரா அறையின் இருட்டுக்குள் சென்றாள்.

தன் மாமியாருடன் தனியாக விடப்பட்டாள் ஹா¢ணி.

என்ன பேசுவது?

"அப்பாவை உங்களுக்குத் தெரியுமா?"

"ஏன் தெரியாம? உங்க மாமாவும் அவரும் சின்ன வயசிலிருந்து ஒண்ணாப் படிச்சு வளர்ந்தாங்க."

"அப்பாவின் ஊர் உசிலம்பட்டியா? எனக்குத் தெரியாதே."

"அட இல்ல. உங்கப்பா தேனிப் பக்கம். உங்க மாமாவும் அவரும் மதுரை ஸ்கூலில் ஹாஸ்டலில் தங்கி ஒண்ணாப் படிச்சாங்க. கல்யாணத்திற்கு அப்புறம் உங்க அப்பா மெட்ராஸ் போனார். அப்படியே பழக்கம் விட்டுப் போச்சு அவ்வளவு தான்".

"நீ பெரிய கம்பெனியெல்லாம் எடுத்து நடத்திறியாமே, தம்பி பெருமையாச் சொல்லிக் கிட்டு இருக்கும். அவன் மனசில் நீ இருப்பது என் மர மண்டைக்குத்

தான் புரியாமப் போச்சு," சொல்லி விட்டுப் பெருமூச்சு விட்டார். பின் அவரே தொடர்ந்தார், "என்ன தான் காதல் கல்யாணம் என்றாலும் தம்பி சொல்லிட்டுப் பண்ணியிருந்தா மனசுக்குச் சந்தோஷமா இருந்திருக்கும். இப்படிக் காதும் காதும் வைச்ச மாதிரிக் கல்யாணத்தை அவசரமா முடிச்சிருக்க வேண்டியதில்லை அவன் கேட்டு நாங்க எதை மறுத்தோம், இப்படிப் பண்ணியிருக்கக் கூடாது தம்பி," என்று தொடர்ந்து அவராகவே புலம்ப ஆரம்பித்தார்.

இவர்களின் திருமணத்தைக் காதல் திருமணமாகவா இவர்கள் நினைத்துக் கொண்டு இருக்கிறார்கள்? குழம்பிப் போனாள் ஹரணி.

"என்னைக்குத் திரும்பணும்? கப்பெனியை அப்படியே விட்டுட்டு வர முடியாதில்ல?" ஹரணியைக் கேட்டார் கௌதமின் தாய் மாரியம்மா.

அவரை நேராகப் பார்த்தாள் ஹரணி. மகன் தங்களை விட்டுவிட்டுச் சென்று விடுவானோ என்ற கவலை அந்தக் கண்களில் தெரிந்தது. கௌதமின் மேல் கோபமாக வந்தது ஹரணிக்கு.

இப்படியா தந்தை தாயிடம் எதுவும் விவரம் சொல்லாமல் விடுவது?

"தம்பியும் அம்மாவும் கம்பெனியைப் பார்த்துக்குவாங்க. நான் தேவைன்னா போவேன் அவ்வளவு தான்."

"நிசமாவா? இங்கே பழக்க வழக்கமெல்லாம் வேறேயாச்சே?" சந்தேகத்துடனேயே கேட்டார் அந்த அப்பாவி மாமியார்.

"பழகிக்க வேண்டியது தான்," சினேகிதமாய்ப் புன்னகைத்தாள் ஹரணி.

அத்தியாயம் 22

கௌதமிற்குத் தலை வலித்தது.

சீனுவின் அப்பா அறுவை சிகிச்சை முடிந்து வருவதற்காக மூவரும் காத்திருந்தனர்.

மருத்துவமனைக்கே உரியதான வாசனையும் பளீர் மின் விளக்குகளின் வெளிச்சமும். நான்கு மணி நேரம் ஆகியும் அவனுக்குப் பழகவில்லை. நேரம் ஆக ஆகத் தலைவலி அதிகம் ஆனதே தவிரக் குறையவில்லை.

கொஞ்சம் காற்றாட வெளியே நடந்தால் நன்றாக இருக்கும் தான்.

தன் பக்கத்தில் உட்கார்ந்திருந்த சீனுவையும் அவன் தாயாரையும் பார்த்தான். இருவர் முகத்திலும் கவலை அப்பிக் கிடந்தது. கவலை இருக்கும் தானே!

சீனுவின் அப்பா வேலுச்சாமியின் கால்கள் லாரியின் அடியில் நன்றாக நசுங்கி விட்டன. நிறைய இரத்தம் போய் விட்டது. கௌதம் தான் சீனுவின் வண்டியில் அவரை அள்ளிப் போட்டுக் கொண்டு மதுரைக்கு ஓட்டி வந்தான். வரும் வழியிலேயே டாக்டருக்கு ஃபோன் செய்து எல்லா ஏற்பாடுகளை"யும் செய்தான். நேராக ஒரு தனியார் மருத்துவமனைக்குக் கொண்டு வந்ததும் நல்ல வழியாக விறுவிறுப்பாக எல்லா வேலைகளும் நடந்தன. இரண்டு மணி நேரம் முன்னால் அவரை அறுவை சிகிச்சைக்கு எடுத்துச் சென்றனர்.

"தாயம்மாக்கா, நான் ஒரு டீ குடிக்கப் போறேன், உங்களுக்கு ஏதாவது வாங்கிட்டு வரட்டா?" சீனுவின் தாயாரைக் கேட்டான் கௌதம். “இல்லைய்யா! அவருக்கு என்ன ஏதுன்னு தெரியாமா என் தொண்டைக்குள்ளே பச்சைத் தண்ணி கூட இறங்காது” சொல்லிக் கொண்டிருக்கையிலேயே அவர் கண்களில் இருந்து நீர் வழிந்தது. சீனுவோ விட்டத்தின் வெறுமையை வெறித்துப் பார்த்துக் கொண்டிருந்தான்.

அறையை விட்டு வெளியே வந்தான் கௌதம். இரண்டு மூன்று அடி நடந்திருப்பான், அவன் பின்னாலேயே தாயம்மா ஓடி வந்தார்,

"அய்யா கௌதமு, அக்கா கூட இருப்பெல்லே! விட்டுட்டுப் போயிட மாட்டியே? சீனுவுக்கு விவரம்

ஒண்ணும் தெரியாது" பயந்து போயிருந்தார் அந்தப் பெண்மணி.

"இல்லக்கா. நான் இருப்பேன் கவலைப்படாதீங்க."

"இல்லை, ஆசையாக் கல்யாணங் கட்டிட்டு வந்திருக்கே! அதான்.." முடிக்க முடியாமல் அழ ஆரம்பித்தார்.

"வாங்க, கொஞ்சம் வெளியில போய் நிப்போம்" என்றபடி வாசலை நோக்கி நடந்தான்.

இந்த நான்கு மணி நேரத்தில் இவன் ஹரணியைப் பற்றி நினைக்காமல் இல்லை. பாவம் இப்போது ஹரணி என்ன செய்கிறாளோ?

மதுரா அக்கா ஏற்கனவே அவளை ஒரு உலுக்கு உலுக்கி விட்டாள். அம்மாவும் சித்ராவும் ஹரணியிடம் எப்படி நடந்து கொள்கிறார்களோ தெரியவில்லை.

அவசரமாகத் திருமணம் நடந்தாலும் ஹரணியின் பக்கத்தில் தானே இருக்கப் போகிறோம், பிரச்சனைகளைச் சமாளித்து விடலாம் என்று நினைத்தது எவ்வளவு பெரிய தவறு.

மதுராக்கா காட்டுக் கத்தல் கத்தி இவர்கள் திருமணத்தையே அவமானப் படுத்தி விட்டாளே!

ஹரணி சென்னை செல்ல விரும்பினாலும் ஆச்சிரியப் படுவதற்கில்லை. அப்படி ஏதும் அவள் சென்னைக்குப் போக வேண்டும் என்று முடிவெடுத்து விட்டால் என்ன செய்வது என்று கௌதமிற்குப் புரியவில்லை. அவனுடைய மனம் யோசிக்கும் விதம் அவனுக்கே பிடிக்கவில்லை.

"இரண்டு டீ குடுப்பா!" காசை நீட்டினான் கௌதம்.

"அப்படியே அந்த மசால் வடையும் கொடு." என்று வடையை வாங்கிய தாயம்மா மசால் வடையை கௌதமிடம் நீட்டினாள்,

"சாப்டுய்யா இரத்தம் வேற கொடுத்திருக்கே!"

கௌதமின் கையில் வடையைத் திணித்தார் தாயம்மா. கையிலிருந்த டீயை மகன் சீனுவிற்காக எடுத்துக் கொண்டார்.

இருவரும் மருத்துவ மனைக்குள் மீண்டும் நடந்தனர்.

மௌனமாக நடந்த கௌதம் வலுக்கட்டாயமாகத் தன் மனதை ஹரணியிடமிருந்து திசை திருப்பினான். நினைக்க நினைக்கத் தெம்பு தரும் ஒன்றைப் பற்றித் தன் கவனத்தைச் செலுத்தினான். கடந்த இரண்டு வருடங்களாக அவன் கண்ட கனவுகள் இரண்டு. ஒன்று ஹரணியை மணம் புரிவது!

மற்றொன்று, வீணாகும் டயர் ரப்பரிலிருந்து தரமான சாலை அமைப்பதற்கான வழி முறைகளை அவன் அலசி வருகிறான். மதுரைக் கடையிலும், கோவைக் கடையிலும் இதற்காகப் பழைய டயர்களைக் காசு கொடுத்துச் சேர்த்து வைத்திருக்கிறான். இவனுடைய இந்த முயற்சி மட்டும் வெற்றி பெற்று விட்டால் வீணாகிப் போகும் டயர்களிலிருந்து நல்ல லாபம் கிடைக்கும்.

ஜெர்மனியில் இருந்து வரப் போகும் இயந்திரம் டயர்களைத் துகள் துகளாக்கிக் கொடுக்கும், “மதுரையில் இருக்கும் போதே ஒரு முறை ப்ரௌசிங் சென்டர் போக வேண்டும்” யோசிக்க யோசிக்க அவனுக்குள்ளேயே ஒரு பரபரப்பு., ஒரு வேகம்.

ஆனால் அவனுடைய வேகத்திற்குத் தடை போடுவது போல் ஹரணியின் முகம் சிரித்தது. ஹரணியைப் பார்க்கும் போதும் அவள் கூட இருக்கும் போதும் துள்ளிக் குதித்த மனசு இப்போது சந்தேகத்தில் ஆழ்ந்தது. இவனால் ஹரணியை நிஜமாகவே சந்தோஷமாக வைத்துக் கொள்ள முடியுமா? வேலை விஷயமாக இவன் இங்கும் அங்கும் ஓடிக் கொண்டிருக்க, ஹரணி போன்ற நிர்வாகத் தலைவியை ஒரு சின்ன ஊரில் வீட்டுக்குள் மனைவி என்ற பெயரில் பூட்டி வைப்பது எந்த விதத்தில் நியாயம்? பெரிய தவற்றைச் செய்து

விட்டானோ? ஒருவேளை மதுராக்காவும் வினையும் இதைத் தான் வேறு மாதிரிக் கேட்டார்களோ?

தன்னுடைய விருப்பம் ஒன்றையே பெரிதாக எண்ணி விட்டானே!

கௌதமிற்குத் தலைவலி மீண்டும் மண்டையைப் பிளக்க ஆரம்பித்தது.

அத்தியாயம் 23

சுவரில் சாய்ந்து உட்கார்ந்திருந்தாள் ஹரணி. அவள் கைகள் மெல்லத் துணித் தொட்டிலை ஆட்டிக் கொண்டிருந்தன. உள்ளங்கையை விடக் கொஞ்சம் தான் பெரியதாய் இருக்கிறது இந்தச் சின்னப் பஞ்சுப் பொதி! என்ன வேலை வாங்குகிறது! யாராவது அணைத்துக் கொண்டேயிருக்க வேண்டும் என்ற பிடிவாதம் பிறந்த குழந்தைக்கு இருப்பது சிரிப்பாக இருந்தது ஹரணிக்கு. குழந்தை அசிங்கம் செய்த துணிகளை அலசுவதற்கே மாமியாருக்கு நேரம் போதவில்லை. அலுத்துப் போய் அவர் அயர்ந்து தூங்கிக் கொண்டிருந்தார்! அதிக வேலை செய்து பழக்கமில்லை போலும். மாமனார் வெளியே துண்டைப் போட்டுக் கொண்டு திண்ணையில் படுத்து விட்டார். சித்ரா இவளுக்குப் பக்கத்தில் கயிற்றுக் கட்டிலில் தூங்கிக் கொண்டிருந்தாள். இவளுக்குத் தான் தூக்கம் வரவில்லை. குழந்தை இரவில் அழுதால் பார்த்துக் கொள்வதாகச் சொல்லி விட்டாள்.

இவள் ஆட்டிக் கொண்டே உட்கார்ந்திருப்பதாலோ என்னவோ குழந்தை தூங்கிக் கொண்டிருந்தது. தான் உட்கார்ந்திருக்கும் பாயையும் பார்த்தாள். முள் முள்ளாகக் குத்தியது. தலையணை உறை எண்ணெய்ப் பிசுக்குப் பிடித்துத் தலையை அதில் வைப்பதற்கே அவளுக்கு அருவருப்பாக இருந்தது. பட்டு மெத்தையில் படுத்துறங்கிய தேகம் பாய்க்குப் பழக்கப் பட மறுத்தது. இவளுடைய

அவசரக் கல்யாணம் நிதானமாய் நடந்திருந்தால் இவளுக்குத் தேவையான வசதிகளையும் ஆசையாகச் செய்து கொடுத்திருப்பார்கள். இப்போது அவளும் கௌதமும் வேறு எப்படியோ இருந்திருப்பார்கள்!ஆனால் நடந்திருப்பதோ வேறு! கௌதமிடம் கேட்க வேண்டிய கேள்விகள் பல! அவன் வந்தால் தான் அவனுடைய செயலுக்கு விளக்கம் கிடைக்கும்.

அன்று சென்னையில் வீட்டு வாசல் படியில் உட்கார்ந்திருக்கையில் எவ்வளவு திடமாகக் கௌதமிற்கு வாக்குக் கொடுத்தாள். அந்த வாக்குப் படி இவள் நடக்கத் தான் வேண்டும். என்ன செய்தாலும் அவசரப்படாமல் யோசித்துச் செய்ய வேண்டும்.

இன்று காலை வந்ததிலிருந்து நடந்த விஷயங்களில் ஒன்று மட்டும் ஹரணிக்குப் பிடிக்கவேயில்லை. இந்த வீட்டில் இருப்பவர்களுக்கு சுத்தம் என்றால் என்னவென்று தெரியவில்லை. எல்லா இடங்களிலும் ஒரு அங்குலத்திற்குத் தூசி படிந்திருந்தது காலைக் கீழே வைக்க முடியவில்லை. புரு புரு வென்று தூசி உறித்துக் கொண்டே யிருந்தது. அது மட்டுமல்லாமல் வீட்டில் சமையல் என்று ஒன்று நடப்பதாகவே தெரியவில்லை. காந்திமதி காலை உணவு, மதிய உணவு, இரவு உணவு என்று தினம் பட்டியல் போடுவார்.

ஆனால் இங்கு வெறும் சாதத்தை மட்டும் வடித்து விட்டுத் தயிரை வெளியே வாங்கிக் கொண்டு சாப்பாட்டுக் கடையை முடித்து விட்டார்கள். இதையெல்லாம் மாற்ற வேண்டும்! கௌதம் வருவதற்குள் இந்த வீட்டைக் கொஞ்சம் மாற்றி அமைத்து அவனை ஆச்சரியப்படுத்த வேண்டும்.

"ங்கா ங்கா . . ங்கா . .ங்கா.." குழந்தை குரலெடுத்தது அழுதது.

சிந்தனை கலைந்து மற்றவர்கள் தூக்கம் கலைந்து எழும் முன் எழுந்து தொட்டிலிருந்த குழந்தையை மெல்லத் தூக்கினாள். குழந்தை துணியை ஈரமாக்கியிருந்தது.

காலையிலிருந்து மாமியார் செய்ததை நினைவில் வைத்துக் கொண்டு மெல்லத் தூணியை மாற்றினாள். தொட்டிலும் நனைந்திருந்தது. ஈரத் தொட்டிலில் குழந்தையைப் போட ஹரணிக்கு மனம் வரவில்லை.

யோசித்தவள், அந்தப் பிஞ்சு உடலைப் பத்திரமாகச் சேலையில் சுற்றிக் கதகதப்பாய் அணைத்துக் கொண்டு சாய்வு நாற்காலியில் உட்கார்ந்து கொண்டு மெல்ல ஆட ஆரம்பித்தாள். அழகாய்ச் சிரித்தது குழந்தை. என்ன இருந்தாலும் அத்தை மடி மெத்தை தானே!

சிரிப்பில் சொக்கிப் போய் ஹரணி குழந்தையை நெஞ்சோடு அணைத்துக் கொள்ள, சொகுசாகக் கண்ணை மூடித் தூங்கியது அந்தக் கைக் குழந்தை. குழந்தையோடு சேர்ந்து ஹரணியும் கண்ணயர்ந்தாள்.

அத்தியாயம் 24

திட்டமிட்டிருந்த படி வாசல்புறம் இருந்த சின்ன அறையைக் காலையிலேயே சுத்தப் படுத்திச் சித்ராவிற்காகத் தயார் செய்ய ஆரம்பித்து விட்டாள். முகத்தில் ஈரக் கைக்குட்டையை முகமூடி போல் அணிந்து கொண்டு, காதில் வாக்மென் மெல்லிதாக ஒலிக்க வேலை பார்ப்பது விநோதமாக இருக்கிறதோ என்னவோ? அழுக்குப் படுக்கை விரிப்புக்களை எடுத்துக் கொண்டு வெளியே வந்தாள். சித்ரா இவளையே கவனித்துக் கொண்டிருந்தாள்

உடலெல்லாம் ஒரே தூசி, குளிக்க வேண்டும்! ஆனால் இருட்டான குளியலைறையை நினைத்தாலே யோசிக்க வேண்டிருக்கிறது. அனேகமாகக் குளிக்கும் முன் அதையும் சுத்தம் செய்துவிட்டுத் தான் குளிக்க வேண்டும்.

"வாஷிங் மிஷின் எங்கே இருக்கு?" சித்ராவைக் கேட்டாள்.

கலகலவென்று சிரித்தாள் சித்ரா.

"என்ன அண்ணி இது மெட்ராஸுன்னு நினைச்சிட்டீங்களா? " சொல்லிவிட்டு மீண்டும் சிரித்தாள். ஹரணிக்கு ஒரு மாதிரி ஆகிவிட்டது

"நீ இப்படி ஓரத்தில் போட்டு வையம்மா. நான் வண்ணானை வரச் சொல்கிறேன். நம்ம துணியெல்லாம் அவன் தான் துவைச்சு இஸ்திரி போட்டு எடுத்துட்டு வருவான்", அவளுடைய மாமனார் நாற்காலியில் சாய்ந்து ஆடியபடியே சொன்னார். அவருக்கு முன்னால் டி.வி. ஓடிக் கொண்டிருந்தது. மாரியம்மா சித்ராவின் கட்டிலுக்குப் பக்கத்தில் உட்கார்ந்து டி.வி. பார்த்துக் கொண்டிருக்க, சித்ராவின் கையில் கைக்குழந்தை தூங்கிக் கொண்டிருந்தது. மூவரும் நிதானமாகக் காபியைக் குடித்தபடி டி.வி. நிகழ்ச்சிகளை விவாதித்துக் கொண்டிருந்தனர். அவர் சொன்னபடிக் கையிலிருந்த துணிகளை ஒரு மூலையில் போட்டுவிட்டு மீண்டும் அறைக்குள் சென்று தன் வேலையைத் தொடர்ந்தாள் ஹரணி.

"வா அரணி, வந்து சாப்பிடு, காபி கூடக் குடிக்காமல் காலையிலிருந்து வேலை பார்க்கிறாய்" தன் மாமியாரின் குரல் கேட்க வெளியே வந்தாள். ஹாலில் எல்லாரும் சாப்பிடத் தயாராக அமர்ந்திருந்தார்கள். இவளுக்காகக் காத்திருந்தார்கள். கடையிலிருந்து வாங்கிய இட்லி சாம்பார் என்று பார்த்த உடனேயே தெரிந்தது.

"நான் வேலையை முடித்து விட்டு வருகிறேனே."

"அண்ணி, ஒரே நாளில் வீட்டைத் தலை கீழாக மாற்ற முடியாது. வந்து சாப்பிடுங்கள். நீங்கள் வீடு முழுவதையும் சுத்தம் செய்துவிட்டுச் சாப்பிட இரண்டு நாட்களாகி விடும். அப்புறம் அண்ணன் வந்தால் எங்களைத் திட்டுவார்." மீண்டும் ஹரணியைக் கிண்டல் செய்தாள் சித்ரா.

"வாம்மா, வந்து சாப்பிடு, கடைப் பையனை அனுப்புகிறேன். நீயே ஒரே ஆளாய் எல்லாம் இழுத்துப்

போட்டுச் செய்ய வேண்டாம்." மாமனாரும் வற்புறுத்தவே கைகால்களைக் கழுவி விட்டுச் சாப்பிட உட்கார்ந்தாள்.

கடையிலிருந்து வந்த பையனைக் கொண்டு, வீட்டை ஒரே நாளில் சுத்தம் செய்தாள். கௌதமை ஆச்சரியத்தில் ஆழ்த்த வேண்டும் என்ற ஆர்வம் உள்ளே இருந்து அவளை ஆட்டிப் படைத்தது. சித்ராவிற்கு அறையை மாற்றிக் கொடுத்தாள். தன்னுடைய கயிற்றுக் கட்டில் தனக்குத் திரும்பக் கிடைத்ததில் மாமனாருக்கு ஒரே சந்தோஷம். சித்ரா இவளை ஒரு மதிப்புடன் பார்க்க ஆரம்பித்தாள்.

வீடு முழுவதும் சுத்தப் படுத்தியதில் வீட்டின் அமைப்பு முழுவதையும் நன்றாகத் தெரிந்து கொண்டாள்; ஹாலுக்கு பின்னால் தனியாகச் சமையலைறை ஒன்று விறகு அடுப்போடு இருப்பதையும் கண்டு கொண்டாள். நின்று கொண்டே ஆட்டுவதற்கு வசதியாக அம்மியும் ஆட்டுக் கல்லும் பார்த்து அதிசயப்பட்டுப் போனாள். ஆனால் பயன் படுத்த முடியாமல் சமையலறையே தூசி படிந்திருந்தது. சின்னதாய் மரப்படி வைத்து மேலே ஒரு சின்ன அறை இருந்தது. அது தான் மச்சு என்று சித்ரா சொல்லிக் கொடுத்தாள். இன்னும் முத்தம், புழக்கடை என்று வீட்டின் ஒவ்வொரு பகுதிக்கும் உரிய பெயர்களை ஹரணிக்குக் கற்றுக் கொடுத்தாள்.

ஹரணி அது இல்லையா? இது இல்லையா? என்று கேட்கக் கேட்கப் பூட்டியிருந்த அறைச் சாவியை எடுத்துக் கொடுத்து விட்டார் மாரியம்மா.

"உனக்கு என்ன வேணுமோ எடுத்துக்கோம்மா" சிரித்துக் கொண்டே சாவியை நீட்டினார். கழுத்தில் மாலை போல் வாக்மேனை அணிந்து கொண்டு பம்பரமாகச் சுற்றிச் சுற்றி வேலை பார்த்து, வீட்டை ஒழுங்கு படுத்துவது அவருக்குச் சிரிப்பாகவும் பெருமிதமாகவும் இருந்தது. கீழேயே சித்ராவிற்குக் கொடுத்த அறை போல இரண்டாவதாக ஒரு சின்ன அறையின் சாவி தான் அது. அதில்

கௌதம் அமெரிக்காவிலிருந்து கொண்டு வந்ததும் மதுரா டில்லியிலிருந்து தாய்க்காக வாங்கி வந்ததும் அப்படியே வைக்கப் பட்டிருந்ததைக் கண்டு கொண்டாள்.

கௌதமின் தாயார் புதுவிதப் பொருட்களைப் பயன்படுத்தப் பயந்து அவற்றை அறைக்குள் வைத்துப் பூட்டிவிட்டார். அதே பயத்தில் தான் காஸ் ஸ்டவ்வைப் பயன் படுத்தாமல் இருந்திருக்கிறார் என்று தெரிந்தவுடன் ஹரணிக்குச் சிரிப்புத் தான் வந்தது.

பழக்கப்படாத வேலைகைளில் உடல் களைத்திருந்தாலும் மனது தெளிவாக இருந்தது, பெரிய கம்பெனியை மட்டுமல்ல வீட்டையும் திறமையாகத் தன்னால் நிர்வகிக்க முடியும் என்ற நம்பிக்கை ஹரணிக்கு வந்தது..எல்லா வேலைக்கும் நடுவே கௌதம் என்ன சொல்லப் போகிறான் என்ற சின்ன எதிர்பார்ப்பு மனதிற்குள் எட்டிப் பார்த்துக் கொண்டே இருந்தது.

அத்தியாயம் 25

தனக்கு முதுகைக் காட்டியபடி சமைத்துக் கொண்டிருந்த மருமகளைப் பார்த்தபடி நின்றிருந்தார் மாரியம்மா. கௌதம் வரப் போகிறான்! வரும் போது சித்ராவின் புகுந்த வீட்டு மனிதர்களையும் அழைத்து வருகிறான் என்று காலையில் தெரிந்த உடனேயே ஹரணி வேலையில் இறங்கி விட்டாள். விறகு அடுப்பு மேடையில் காஸ் ஸ்டவ்வை ஏற்றி வைத்து நின்றபடி அவள் சமைத்துக் கொண்டிருந்தாள்.

பட்டணத்துப் பொண்ணானாலும் இப்படிச் சட்டென்று எல்லாவற்றிற்கும் ஹரணி அனுசரித்துப் போவது மனதிற்கு இதமாய் இருந்தது.

"அரணி" மருமகளைக் கூப்பிட்டார்.

"என்ன அத்தை?" புன்னகைத்த படியே திரும்பினாள் ஹரணி.

"என்ன ஏதுன்னு விவரம் சொல்லாம சித்ரா அழுதுகிட்டு இருக்கா, நீ வந்து என்னன்னு பாரும்மா"

"அப்படியா? நீங்க போங்க, அடுப்பில் இருப்பதை இறக்கி வைச்சிட்டு இரண்டு நிமிஷத்தில் வறேன்" என்றவள் அடுப்புக்குத் திரும்பினாள். அவளையே ஒரு வினாடி பார்த்து விட்டு மாரியம்மா மகளிடம் போகத் திரும்பினார். அவர் முகத்தில் கவலை அப்பிக் கிடந்தது. எந்த நிமிஷத்திலும் சம்பந்தி வீட்டுக்காரர்கள் வந்து விடலாம். இந்தப் பெண் காலையிலிருந்து இப்படி மாலை மாலையாய்க் கண்ணீர் விட்டுக் கொண்டிருக்கிறதே. கணவனுக்குத் தெரிந்தால் அவர் இன்னும் கோபப்பட்டுக் கத்துவார்.

சொன்ன படியே ஹரணி சித்ராவின் அறைக்கு வந்தாள். சித்ரா கைக்குழந்தையை ஏந்தியபடி மௌனமாகக் கண்ணீர் சிந்திக் கொண்டிருந்தாள்.

"என்ன சித்ரா, என்ன வேணும்?" அன்பாய் அவள் பக்கத்தில் போய் உட்கார்ந்தாள் ஹரணி. அவள் ஊருக்கு வந்த அன்று மருத்துவமனையில் நடந்த சண்டை பற்றிச் சீனு சொன்னது ஞாபகத்திற்கு வந்தது. ஒன்றுமில்லை என்பது போலத் தலையசைத்து விட்டுக் குனிந்து, நிறுத்தாமல் கண்ணீர் சிந்தினாள் சித்ரா.

"ஒண்ணுமில்லையினா எதுக்கு அழுவணும்? ஏதும் சொன்னாத் தானே புரியும்" கனமான குரலில் சத்தமாகக் கேட்டார் மாரியம்மா.

"உடம்புக்கு ஏதாவது செய்கிறதா? டாக்டரிடம் போக வேண்டுமா?" பரிவாய்க் கேட்டாள் ஹரணி.

இருவரையும் ஏறிட்டுப் பார்த்த சித்ரா, "எனக்கு மதுராக்கா வேணும்" என்றாள்.

"இது என்னடி சின்னப்புள்ளே மாதிரி பிடிவாதம்?" கத்தினார் மாரியம்மா. சித்ரா பேசாமல் தலையைக் குனிந்தாள். ஹரணி எழுந்து தன் மாமியாரிடம் வந்தாள்.

"அத்தை, நீங்க போய் முகம் கைகால் கழுவுங்க. அவங்க வரும் நேரமாகி விட்டது பாருங்கள். சித்ராவும் அழுது, நீங்களும் கவலையோடு இருந்தால் நல்லா இருக்காது. நான் சித்ராவைச் சமாளிக்கிறேன்.'' மருமகள் சொன்னதும் சரியென்று பட அங்கிருந்து நகர்ந்தார் மாரியம்மா.

"சொல்லு சித்ரா, உனக்கு என்ன வேணுன்னு தெளிவாச் சொல்லு. என்னால் என்ன செய்ய முடியும்னு பார்க்கிறேன். இல்லாட்டி நானே உங்க மதுரா அக்காவிற்கு ஃபோன் பண்ணி உடனே வரச் சொல்றேன். ஆனா என்ன ஏதுன்னு விவரம் தெரியாம எதுவுமே செய்ய முடியாதில்லையா?"

"நான் மதுரைக்குப் போக மாட்டேன்! என்னாலே அங்கே இருக்க முடியாது. நான் இங்கேயே இருக்கிறேன்.''அழுகையினூடே விசும்பிய படியே சொன்னாள் சித்ரா.

மௌனமாய்ச் சித்ராவைக் கூர்ந்து பார்த்தாள் ஹரணி. ஹரணியிடம் இருந்து பதில் ஏதும் வராமல் போகவே அவளை நிமிர்ந்து பார்த்தாள் சித்ரா.

"நான் நிஜமாத் தான் சொல்றேன் அண்ணி, அங்கே போனா நான் கண்டிப்பாத் தூக்கில் தொங்கிடுவேன்."

யோசித்தாள் ஹரணி.

விவரம் எதுவும் முழுதாகத் தெரியாமல் எந்த வாக்குறுதியையும் ஹரணி கொடுக்கத் தயாராயில்லை. விவரங்களைக் கேட்பதற்கு நேரமும் இல்லை. சித்ரா எதற்கோ பயந்து போயிருக்கிறாள், பிரச்சனை பெரிதென்றால்

சித்ரா வீட்டினர் இப்போது கௌதமுடன் உசிலம் பட்டிக்கு வந்து கொண்டிருக்க மாட்டார்கள்.

சித்ரா அவள் முகத்தையே பார்த்துக் கொண்டிருந்தாள்.

"அண்ணி, என்னை அங்கே அனுப்பிட மாட்டீங்களே!" கெஞ்சினாள் சித்ரா.

அதற்குள் அங்கே வந்த மாரியம்மா திரும்பக் கத்த தொடங்கினார்,

"என்னடி உளற்றே? வாழா வெட்டியா இருக்க ஆசையா? உன் தலையில் நீயே மண்ணு அள்ளிப் போட்டுக்கிறியா?"

"கொஞ்சம் பொறுமையா இருங்கத்தை" என்று தன் மாமியாரை அமைதிப் படுத்திய ஹரணி, "உ னக்கு விருப்பம் இல்லையென்றால் இன்றைக்கு நீ மதுரைக்குப் போக வேண்டாம். ஆனால் உன் மனம் அமைதியான பின் நானும் உன் அண்ணனும் உன்னைக் கொண்டு வந்து மதுரையில் விடுகிறோம். சரிதானா?" என்று சித்ராவைக் கேட்டாள்.

சித்ரா சரி என்பது போல் தலையாட்டினாள்.

"நீயும் போய் முகம் கழுவிக் கொண்டு வா! என்ன செய்ய வேண்டும் என்பதை யோசிப்போம்" என்றபடிக் குனிந்து கைக்குழந்தையை வாங்கிக் கொண்டாள்.

சித்ரா எழுந்து குளியலறை நோக்கிச் செல்ல அதே வினாடியில் கௌதமும் சித்ராவின் புகுந்த வீட்டினரும் வீட்டுக்குள் நுழைந்தனர்.

அத்தியாயம் 26

பளிச்சென்று இருந்த வீட்டின் பின்னணியில் கலைந்த தலையும் புன்னகைக்கும் கண்களுமாகக் கையில் குழந்தையுடன் நின்று கொண்டிருந்த மனைவியைப் பார்த்ததும் கௌதமிற்குத் தொண்டையை அடைத்தது. 'இரண்டே நாட்களில் இப்படி மெலிந்து சோர்ந்து விட்டாளே? எல்லாம் என்னால் வந்தது' குற்ற உணர்ச்சியில் மனம் குறுகுறுத்தது.

"ம்க்க்கும்" தொண்டையைப் பின்னாலிருந்து சித்ராவின் மாமியார் ஜெயந்தி கனைத்தார். கௌதம் உள்ளே வருபவர்களுக்கு விலகி வழியை விட்டான். ஆனால் மனைவியின் மேலிருந்த கண்களையோ கருத்தையோ விலக்கவில்லை. வீட்டிலிருந்த பெண்கள் மூவரும் ஒருவிதப் படபடப்புடன் நடந்து கொள்வதை அவனால் உடனே உணர முடிந்தது.

"வாங்க வாங்க" உள்ளே வருபவர்களைப் பரபரப்பாக வரவேற்றார் மாரியம்மா.

விறைத்த முதுகோடு ஜெயந்தியம்மா உள்ளே வர, மற்றவர்கள் அவரைத் தொடர்ந்தனர். கயிற்றுக் கட்டிலில் - வந்தவர்களில் கணேசனும், அவர் தந்தையும், தம்பியும் அமர, சாய்வு நாற்காலியில் சித்ராவின் மாமியார் உட்கார்ந்தார்.

"சித்ரா, உங்க வீட்டில் வந்திட்டாங்க பார்" என்று மாரியம்மா பின்பக்கம் பார்த்துக் குரல் கொடுக்க ஹரணி கைக்குழந்தையைச் சித்ரா மாமியாரின் மடியில் மெதுவாக விட்டாள். குழந்தை மறுப்பாக மெல்லச் சிணுங்கியது. கைகால்களை எட்டி உதைத்தது. சேலைத் தலைப்பைப் பிடித்திருந்த சின்னப் பிஞ்சு விரல்களை மெல்லப் பிரித்து, புன்னகையுடன் குழந்தையைக் கைமாற்றும் மனைவியைக் கண்ணசைக்காமல் பார்த்தான் கௌதம். நெஞ்சுக் கூட்டுக்குள்

என்னவோ செய்தது. அவளை அப்படியே அள்ளி அணைத்துக் கொள்ள வேண்டும் என்று தோன்றியது. ஆனால் அதற்கான நேரம் இது இல்லையே!

சித்ரா பயத்துடன் வந்து மாமியார் பக்கத்தில் தரையில் ஜமுக்காளத்தில் உட்கார, ஹரணி பின் பக்கமாகச் சமையலறை நோக்கி நகர்ந்தாள். அம்மா தூணைப் பிடித்தபடி கலவரத்தோடு நின்றிருந்தார். பேச்சு வார்த்தைகள் தொடங்கின. ரகளை ஆகாமலிருந்தால் சரி! மனதுக்குள் எண்ணியபடி மனைவியின் மேல் ஒரு கண்ணும், ஹாலில் ஒரு கண்ணும் வைத்துக் கொள்ள வசதியாகச் சமையலறை வாசலில் போய் நின்று கொண்டான் கௌதம்.

"மருமகள் தான் வந்துட்டாள்ல! இனியாவது மகளை அவ வீட்டுக்கு அனுப்பி வைக்கிறது!" நாற்காலியை அதிகாரமாக ஆட்டிக் கொண்டு தோரணையாகக் கேட்டார் ஜெயந்தியம்மா. அவர் கையோ ஆசையாய்ப் பேத்தியின் தலையைத் தடவிக் கொண்டிருந்தது.

"சின்னப் பிள்ளை, பச்சை உடம்புக்காரி, பாப்பாவிற்குப் பேர் வைச்சுக் கயிறு கட்டினதும் நாங்களே கொண்டு வந்து விடுறதுதான் மரியாதை" என்றார் மாரியம்மா.

"அது சரி! பச்சை உடம்பு அது இதுன்னு சொன்னா அங்கே வீட்டைப் பார்த்துக்கிறது யார்? நானும் வேலைக்குப் போணுமில்லை? சித்ராவிற்குச் சும்மாவே பொறுப்பு கிடையாது. எது சொன்னாலும் மளுக்குன்னு அழுகுறா. அதைத் தவிர வேறொண்ணும் தெரியலை"

"அவ ஆஸ்பத்திரியில் பண்ண அட்டகாசத்திற்கு, நா இங்கே உட்கார்ந்து பேசிகிட்டு இருப்பதே பெரிசு! அவளை எங்களோடு கிளம்பச் சொல்லுங்க" ஜெயந்தியம்மாவின் அதிகாரம் அங்கே கொடி கட்டிப் பறந்தது.

சித்ரா எல்லோருக்கும் நடுவில் அசையாமல் தலை குனிந்து உட்கார்ந்திருந்தாள். கண்களிலிருந்து மாலை மாலையாகக் கண்ணீர். வந்தவர்களுக்குக் குடிக்க எடுத்து வந்த ஹரணி மெல்ல எல்லாருக்கும் ட்ரேயை நீட்டினாள்; சித்ராவைப் பார்த்தாள்; பாவமாக இருந்தது; காலி ட்ரேயை அவளிடம் நீட்டினாள்.

"சாப்பிட இலை வாங்கிட்டு வர்றேன்னு மாமா போனாங்க, என்ன ஆச்சுன்னு பார்க்கிறியா? அப்படியே சாப்பிடவும் எடுத்து வை" என்று சொன்னவள் அங்கிருந்து அகலும்படிச் சித்ராவிற்குக் கண்ணால் சொன்னாள்.

"நீயாவது சித்ராவிற்குச் சொல். சும்மா அம்மா பின்னாலே ஒளிஞ்சிக்காம உன்னை மாதிரிப் பொறுப்போட நடந்துக்கச் சொல்." என்று ஹரணியிடம் நேராகச் சொன்னார் ஜெயந்தியம்மா.

"நீங்க தப்பா நினைக்கலையென்றால் நான் ஒண்ணு கேட்கலாமா?"

"என்ன?

"நீங்க சித்ராவை இப்ப கூட்டிட்டுப் போயிட்டால் நான் எப்படி அவ கிட்டே பேசறது?"

"என்னம்மா நீ பேசற? அப்ப சித்ராவை எப்பவும் இங்கேயே வைச்சுக்கோங்க!". அவருடைய வார்த்தைகளைக் கேட்டவுடனேயே அங்கே சட்டென்று ஒரு பதட்ட நிலை.

"அப்படியில்லை, சித்ரா கிட்டே எனக்குக் கொஞ்சம் பேசிப் பழக வாய்ப்பு கிடைச்சா, நீங்க சொன்ன மாதிரி சித்ராவிற்குப் புத்தி சொல்ல முடியும். பாப்பாவும் சித்ராவும் இருக்கிறது எனக்கும் கொஞ்சம் பொழுது போகுது. இன்னும் கொஞ்ச நாள் சித்ரா இங்கேயிருந்து உடம்பையும் மனதையும் தேத்திகிட்டு வந்தால் உங்களுக்கும் சௌகரியம் தானே"

அங்கே இருந்த எல்லாருக்காகவும் நிதானமாகப் பேசினாள் ஹரணி.

"சின்னவன் ரவி ப்ளஸ் டூ படிக்கிறான். இரண்டு மாதமா சித்ரா வீட்டில் இல்லாம எல்லாத்தையும் நானே இழுத்துப் போட்டு செய்யறேன். வெளியிலையும் பார்த்து வீட்டிலையும் பார்க்கணுன்னா முடியலை! படிக்கிற பையன் என்ன செய்யறான், என்ன சாப்பிடறான்னு சித்ரா பாத்துகிட்டா நல்லாயிருக்கும்."

"ப்ளஸ் டூவா? எந்த க்ரூப் எடுத்திருக்கிறாய்?" திரும்பி கணேசனின் தம்பி ரவியை நேராகக் கேட்டாள் ஹரணி.

"கம்ப்யூட்டரும் மாத்ஸூம் எடுத்து இருக்கேன்"

"உனக்கு வேணுன்னா சொல், ஹரணி கம்ப்யூட்டரில் ட்ரெயினிங் எடுக்க ஏற்பாடு பண்ணுகிறேன்." ரவியின் முகம் மலர்ந்தது. நம்பிக்கையும் சந்தோஷமுமாகத் தாயைப் பார்த்தான்.

"நிஜமாவாம்மா சொல்கிறாய் ஹரணி?" ஜெயந்தியம்மா கேட்டார். பதிலாகச் சின்னவனைப் பார்த்துப் புன்னகைத்தாள் ஹரணி.

"பரிட்சை முடிந்தவுடனேயே ஏதாவது ட்ரெயினிங்க்கு ஏற்பாடு செய்ய முடியுமான்னு பார்க்கிறேன்". சந்தோஷமாகத் தலையாட்டினான் ரவி. யோசனையில் ஆழ்ந்தார் ஜெயந்தியம்மா.

ஒரு சில நிமிடங்கள் அமைதி.

ஹரணியைச் சந்தோஷப்படுத்துவது முக்கியமாகப்பட்டது ஜெயந்தியம்மாவிற்கு மகனின்

எதிர்காலத்திற்குத் தானே முட்டுக்கட்டையாக இருப்பது தவறு என்று யோசித்தாரோ என்னவோ?!

"புதுப் பொண்ணு ஆசைப்பட்டுக் கேட்கிறா, அதனாலே சித்ரா - பாப்பாவிற்குப் பேர் வைத்தவுடன் வரட்டும். வந்தா பொறுப்பா இருக்கணும்னு மட்டும் சொல்லி வையுங்கள்" என்று பொதுவாகச் சொன்னவர், தன் கணவனிடம் குழந்தையை நீட்டியபடி, "குழந்தைக்கு என்ன பெயர் வைக்கலாம்ன்னு சொல்லுங்க" என்று பேச்சை மாற்றினார்.

பேச்சு மாற ஹரணி அங்கிருந்து மெல்ல நகர்ந்து சித்ராவைத் தேடிச்சென்றாள். சமையலறையில் நின்ற சித்ரா அவள் கையை நன்றியுடன்அழுத்தினாள். மனைவியைக் கண்களால் விரட்டிய கௌதமின் கண்களுக்கு இது தப்பவில்லை. கிளம்பும் முன் ஜெயந்தியம்மா தேடி வந்து ஹரணியிடம் ஏதோ பேசியதையும்அவன் கவனிக்கத் தவறவிலை.

ஏதோ விஷயம் நடக்கிறது, மனைவி தானாக விவரத்தைச் சொல்லுவாள் என்று எதிர்பார்த்துக் காத்திருந்தான்.

அத்தியாயம் 27

சூரியன் மேற்கில் மறைந்து சூடு கொஞ்சம் தணிந்திருந்தது.

சித்ரா விஷயம் சுமூகமாக முடிந்ததில் எல்லோருக்கும் பரம திருப்தி. இரவு சாப்பாட்டுக்கு முன் டி.வி. முன்னால் கவலையின்றி உட்கார்ந்திருந்தனர். காலை முழுவதும் கைமாறிக் கைமாறி இருந்ததாலோ என்னவோ குழந்தை அசதியுடன் தூங்கிக் கொண்டிருந்தது.

கொஞ்ச நேரம் வெளியில் நடந்துவிட்டு வர வேண்டும் போல் இருந்தது ஹரணிக்கு. வந்த நாளிலிருந்து வீட்டுக்குள்ளேயே அடைபட்டிருக்கிறாளே! டி.வி. பார்ப்பது போல நடித்துக் கொண்டு தன்னையே கண்களால் துரத்தி வரும் கண்களை நேராகப் பார்த்தாள்; கணவன் கண்களில் தெரிந்த கூர்மையில் தானாக வெட்கித் தலை குனிந்தபடி சித்ராவின் அறையை நோக்கி நகர்ந்தாள்.

சட்டென்று சாய்வு நாற்காலியிலிருந்து எழுந்தான் கௌதம்.

"ஒரு வாக்கிங் போகலாமா ஹரணி?" அவளை அழைத்தான் கௌதம்.

அறைக்குள் போக இருந்தவள் திரும்பினாள்; கண்களில் ஆனந்தம்! தினமும் இவளுடன் வாக்கிங் போக வேண்டும் என்று அப்போதே முடிவெடுத்துக் கொண்டான். ஆனால் இந்த உசிலம்பட்டியில் எங்கே போவது?

"தம்பி, காளியம்மன் கோவிலுக்குப் போ! ஒரு அர்ச்சனை பண்ணிட்டு வாங்க." மாரியம்மா சொல்ல இருவரும் கிளம்பினர். தெருவில் இறங்கி நடந்தனர். தெருவில் நடமாட்டம் குறைவாக இருந்தது.

"என் ரூமை சித்ராவிற்குத் தானம் கொடுத்து விட்டாய் போல?" மெதுவாய்ப் பேச்சுக் கொடுத்தான்.

"கொஞ்ச நாளைக்குத் தானே? கணவனைப் பார்த்துச் சிரித்தாள்.

"அதுவரை நமக்கு?" கேள்வியில் கிண்டல்.

நமக்கு என்று அவன் இருவரையும் சேர்த்துப் பேசியது அவளை முகம் சிவக்க வைத்தது.

"நாம் காதல் திருமணம் செய்து கொண்டவர்கள் என்று உங்கள் அம்மா நினைக்கிறார்கள்" மெல்லச் சொன்னாள் ஹரணி. பதிலாய் அவன் சிரித்த சிரிப்பை வெகுவாய் ரசித்தாள்.

"நம் திருமணம் பற்றி மாமா தவிர வேறு யாருக்குமே தெரிந்திருக்கவில்லையே ஏன்?" மீண்டும் அவளே பேச்சைத் தொடர்ந்தாள்.

"கடையில் தான் ஃபோன் உண்டு. அதனால் அப்பாவிடம் விவரம் கூறினேன். அவர் மற்றவர்களுக்குச் சொல்லவில்லை; அவ்வளவு தான்." அவன் குரலிலிருந்தே அவனுக்கு இந்த விஷயம் பேசுவதில் விருப்பமில்லை என்று தெரிந்தது.

திரும்பி அவன் முகத்தையே பார்த்தபடி நடந்தாள். மனைவி தன்னையே பார்ப்பதை உணர்ந்த கௌதம் அவளைப் பார்த்துப் புன்னகைத்தான். "என்ன பார்க்கிறாய்?"

"வீட்டில் எல்லோருக்கும் உங்களிடம் கொஞ்சம் பயம் என்று நான் நினைக்கிறேன். அது உங்களுக்கு மிகவும் வசதியாக இருக்கிறது. அப்படித் தானே?"

சட்டென்று சிரித்து விட்டான் கௌதம்.

"அப்படித்தான் வைத்துக் கொள்ளேன்"

"நான் அப்படியெல்லாம் உங்களுக்குப் பயப்பட மாட்டேன்"

"தேவையும் இல்லை"

"அப்படியானால் ஒன்று சொல்ல வேண்டும், உங்கள் மதுராக்காவை நாம் போய்ப் பார்த்துச் சமாதானம் செய்ய வேண்டும்."

"அவளுக்கு நம்மைப் பார்க்கப் பிடிக்காவிட்டால்?!"

"அது உங்கள் ஊகம் தானே! போய்ப் பார்த்தால் தான் உண்மை தெரியும்". மதுராக்கா பற்றிக் கௌதமும் யோசித்துக் கொண்டு தான் இருந்தான். ஆனால் இங்கே அம்போவென்று விட்டுச் சென்ற ஹரணியைப் பற்றித் தெரியாமல் அவனால் மதுராக்காவைத் தேடிப் போக முடியவில்லை.

மதுராக்கா பற்றிப் பேசியவள் அடுத்து சித்ரா பற்றிச் சொல்லுவாள் என்று கௌதம் காத்திருந்தான்.

சித்ரா அழுததையும், அவள் மாமியார் தனியாகத் தன்னிடம் பேசியதையும் ஒரு பிரச்சனையாகக் கணவனிடம் சொல்ல வேண்டும் என்றே ஹரணிக்குத் தோன்றவில்லை. எத்தனையோ பிரச்சனைகளைத் தானாகத் தனியாக நின்று சமாளித்தவளாயிற்றே!

கணவனிடம் சொல்லவில்லையே தவிர, சித்ராவைப் பற்றிய சிந்தனை அவள் மனதில் இருந்தது. யோசனையோடு நடக்கும் மனைவியைப் பார்த்தான் கௌதம். அவள் சித்ராவைப் பற்றித் தான் யோசித்துக் கொண்டிருக்கிறாள் என்று தெரியும். ஆனால் ஏன் அவனிடம் எதுவும் சொல்லவில்லை? கேள்விக்குறியோடு புருவத்தை உயர்த்தினான். ஆழ்ந்த சிந்தனையிலிருந்த அவன் மனைவியோ அதைக் கவனிக்கவேயில்லை.

கோவில் வந்தது; இருவரும் உள்ளே நுழைந்தனர்; கூட்டமேயில்லை; அர்ச்சகரும் ஒரு கிழவியும் மட்டும் பேசிக் கொண்டிருந்தனர். ஹரணி வந்த நாள் வீட்டுக்குள் வந்து விசாரித்துப் போன கிழவி.

"வாய்யா கௌதம், கோவிலுக்கு வந்தியா? நல்லாயிருக்கியாம்மா?" என்று இருவரையும் சேர்த்து ஒன்றாக விசாரித்தாள் அந்தப் பாட்டி.

ஹரணி சிரித்தபடித் தலையாட்டினாள். அர்ச்சனை முடியும் வரையில் பாட்டியும் கூடவே நின்றிருந்து தீபத்தைக் கண்ணில் ஒத்திக் கொண்டாள்.

"நம்ம வேலுச்சாமிக்குக் கால் போயிடுச்சாமே?" அர்ச்சகர் கேட்டார்.

"ஆமா, ஒரு காலை எடுக்கும்படியாயிடுச்சு; ஒரு காலை ஓரளவு சரி பண்ணிட்டாங்க; இன்னும் பத்து நாளில் வீட்டுக்கு வருவாங்கன்னு நினைக்கிறேன்." கௌதம் அர்ச்சகரிடம் பேசிக் கொண்டிருக்க, கோவிலைச் சுற்றித் தன் கண்களைச் சுழல விட்டாள் ஹரணி.

எங்கு பார்த்தாலும் அழகிய வண்ணக் கோலங்கள். பிரகாரத்தையே அடைத்தபடிப் போடப்பட்டிருந்த பெரிய மாக்கோலத்தை ஆச்சர்யத்துடன் கண்கள் விரியப் பார்த்தாள் ஹரணி.

"எல்லாம் உன் மாமியார் போட்டது, எந்நேரமும் கோவிலில் தான் இருப்பா." அவளையே பார்த்துக் கொண்டிருந்த கிழவி சொன்னாள்.

ஹரணிக்கு நம்ப முடியவில்லை. அத்தையா? பார்ப்பதற்கு ஒன்றும் தெரியாதது போல இருக்கும் சாதுப் பெண்மணிக்குள் இத்தனை திறமையா?

"ஏந் தாயி, நீ பெரிய கம்பெனி வைச்சு நடத்தறியாமே? எங்க செல்விக்கு ஒரு வேலை போட்டுக் கொடேன்." நேரடி விண்ணப்பம் போட்டாள் கிழவி.

"பாட்டி, செல்வியை வீட்டுக்குக் கூட்டிட்டு வாங்க! பார்க்கலாம்." என்றான் கௌதம்.

"கண்டிப்பா வாறேன்யா! வந்து கல்யாண விருந்துக்குப் புது ஜோடியைக் கூப்பிடணுமில்ல." என்றவள் சந்தோஷமாய் ஹரணிக்குத் திருஷ்டி கழித்துப் போட்டாள்.

அந்தப் பாட்டியின் நிபந்தனையற்ற அன்பு ஹரணியை நெகிழ வைத்தது.

வீடு திரும்பியதும் இரவு பற்றிய சிந்தனை இருவர் மனதிலும் ஓடியது.கூடவே சித்ராவிற்கும் ஹரணிக்கும் இடையே என்ன நடந்தது? சித்ராவை உசிலம்பட்டியியிலேயே இருக்க வைக்கத் தான் ஹரணி கணேசனின் தம்பிக்கு பயிற்சி கொடுக்கிறாள் என்பது கௌதமிற்குப் புரிந்து போயிற்று.

அத்தியாயம் 28

எல்லோரும் உட்கார்ந்து சாப்பிட மாரியம்மா பரிமாறிக் கொண்டிருந்தார். தானும் ஹரணியும் கோவை செல்வதைப் பற்றி கௌதம் பொதுவாய் எல்லோரிடமும் சொன்னான். ஹரணியை அப்படியே ஊட்டி வரை அழைத்துச் சென்று தனிமையில் தேனிலவு கொண்டாட வேண்டும் என்று மனதுக்குள் கணக்குப் போட்டான்.

“மதுராவைப் பார்க்க நீ மட்டும் போயேன் தம்பி, அரணி இப்ப எதுக்கு?”

“ஹரணி இங்கே தனியா இருக்கணுமே! அதான் யோசிச்சேன்!”

"தனியா எங்கே இருக்கா? நா இருக்கேன், சித்ரா இருக்கா" மகன் சொல்ல வருவது என்னவென்று பு;¢யாமல் மாரியம்மா பேசினார்.

“அண்ணியைக் கூட்டிக்கிட்டு ஊட்டி, குன்னூர்ன்னு அண்ணன் ஜாலியா இருக்கலாம்ன்னு நினைக்கிதும்மா... கோயம்பத்தூர் வெறும் சாக்கு, இல்லைண்ணா?" சித்ரா கிண்டலாகக் கேட்டாள்.

தன்னைப் புரிந்து கொண்ட தங்கையைக் கோபமாக முறைத்தான் கௌதம், “வாயை வச்சுக்கிட்டு சும்மாயிருக்க மாட்டே நீ ?"

“நல்லாச் சொல்! மாமியார் அத்தனை வந்து திட்டியும் புத்தி வரலை உனக்கு! எனக்குத் தான் மானம் போச்சு. அரணி புண்ணியத்தில் நீ பிழைச்சே!” மாரியம்மா மகளைத் திட்டினார். புகுந்த வீட்டிற்குப் போக மாட்டேன் என்று வீண் பிடிவாதம் பிடித்தாளே மகள் என்ற கோபம் அவருக்கு.

“இல்லை, மதுரா என்ன கலாட்டா பண்ணுவாளோ? நீ மட்டும் தனியாப் போயேன். நீ என்ன அரணி சொல்றே?" மருமகளைக் கேட்டார் மாரியம்மா.

யார் பேசுவதும் ஹரணியின் கவனத்தில் ஏறவில்லை. தன் யோசனையில் அவளிருந்தாள். காந்திமதியை நினைத்து சாதத்தை அளைந்தபடி இருந்தாள். மும்பைக்கு வினய் சென்றிருப்பான். அம்மா அங்கே தனியாக என்ன செய்கிறாரோ? அப்பாவை நினைத்து அழாமலிருந்தால் சரி. உசிலம்பட்டிக்கு வந்து ஒரு சில நாட்கள் கூட ஆகவில்லை. ஏனோ திடீரென்று ஒரு யுகம் ஆகிப் போனது போலிருந்தது.

“அரணி”

“அண்ணி “

என்று ஒரே நேரத்தில் இருவரும் அழைக்கவும் சிந்தனை கலைந்தாள். எல்லோரையும் ஒரு பார்வை பார்த்தாள். கணவனின் கண்களில் கேள்வி.

"நான் அம்மாகிட்டே பேசணும். வந்ததிலிருந்து இன்னும் பேசலை" சொல்லும் போதே ஏனோ கண்ணீர் வந்தது.

சாப்பாட்டுக் கையோடு சட்டென்று எழுந்தான் கௌதம். அதே வேகத்தில் மனைவியையும் எழுப்பி மச்சுக்குச் செல்லும் மரப் படியில் உட்கார வைத்தான். பாக்கெட்டிலிருந்து தன் மொபைல் ஃபோனை எடுத்து அவள் கையில் கொடுத்தான். அவனே மனைவிக்காக யோசித்து செய்திருக்க வேண்டியது! நடுவில் என்னென்னவோ நடந்துவிட்டது. மனைவியின் கண்ணில் கண்ணீரைப் பார்த்ததும் பதறி விட்டான்.

ஹரணி ஃபோனில் பேச, தனிமை கொடுக்க விரும்பி சமையலறைக்குள் சென்றான்.

அம்மாவின் குரலை ஃபோனில் கேட்டதும் ஏனோ சட்டென்று ஹரணிக்குக் கண்ணீர் வந்தது. யாரும் பார்த்துவிடப் போகிறார்களே என்று நினைத்தவளாய் மெல்லப் படியேறி மேலே மாடியறைக்குச் சென்றாள். அறையிலிருந்த ஒற்றை ஜன்னல் வழியாகத் தொந்த வானம் இருட்டாக இருந்தது. எங்கோ தூரத்தில் ஒன்றிரண்டாய் நட்சத்திரங்கள் மின்னிக் கொண்டிருந்தன. அம்மா பொதுவாய்ப் பேச மெதுவாய் ஒரு சம நிலைக்கு வந்தாள் ஹரணி.

"இங்கே அப்பாவை நிறையப் பேருக்குத் தெரிந்திருக்கும்மா!" சந்தோஷமாய்த் தாயிடம் சொன்னாள் ஹரணி.

மறுபக்கம் கனமான மௌனம்.

ஏன்? புரியவில்லை ஹரணிக்கு. அப்பாவை நினைத்து அம்மா அழ ஆரம்பித்து விட்டாரோ? கவலையோடு தாயை மறுபடி அழைத்தாள்,

“அம்மா, என்னம்மா ஆச்சு?”

மறுபக்கத்திலிருந்து பதில் வரும் முன் அறையின் சூழ்நிலையில் திடீர் மாற்றத்தை உணர்ந்தாள் ஹரணி. உள்ளங்காலில் தொடங்கி உடல் முழுவதும் சூடாகியது. ஜன்னலிலிருந்து மெல்லத் திரும்பினாள். அறைவாசலில் அவளையே பார்த்துக் கொண்டு கௌதம்! அவன் கைகளில் சிறிய செம்பு. கணவனை நேராகப் பார்த்தாள். சிரித்துக் கொண்டிருந்த அந்தக் கண்கள் எதை எதையோ சொல்லின. உடலெங்கும் மின்சாரம் பாய்ந்தது ஹரணிக்கு.

“ஹரணி” எதிர்ப் பக்கத்தில் காந்திமதி அழைத்தார்.

“அம்மா நான் வைக்கிறேன். அப்புறமாய்ப் பேசலாம்” என்றபடி ஹரணி தொடர்பைத் துண்டித்தாள்.

அதற்குள் கௌதம் அவள் பக்கத்தில் வந்திருந்தான். கழுவாமல் காய்ந்து கிடந்த ஹரணியின் வலக்கையை மெல்லச் செம்பில் விட்டுத் தானே மெல்ல மெல்ல நிதானமாகக் கழுவிவிட்டான். கண்கள் மட்டும் ஹரணியின் முகத்தை விட்டு அகலவில்லை.

ஆணி அறைந்தது போல அசையாமல் நின்றாள் ஹரணி. அவளுடைய உணர்ச்சிகளும் கௌதமின் கைவிரல்களின் ஒவ்வோரு அசைவை மட்டுமே உணர்ந்து கொண்டிருந்தன. அவள் கைகளை நிதானமாகக் கழுவிய கௌதம் தன் கைப்பிடியை விடமால் தண்ணீர்ச் செம்பைக் கீழே வைத்தான். ஹரணியின் இடது கையிலிருந்த செல் ஃபோனையும் வாங்கி ஜன்னல் திண்டில் வைத்தான். கன்னம் சிவக்கத் தன்னையே பார்த்துக் கொண்டிருந்த மனைவியைப்

பார்த்தான். புன்னகையுடன் அவளுடைய இரு கைகளையும் தன் தோளின் மேல் மாலையாய்ப் போட்டுக் கொண்டான்.

ஹரணியின் கால்கள் தள்ளாடின. அவளை விழுந்து விடாதபடி அப்படியே சுவற்றின் மேல் சாய்த்தான். மிரண்டு நோக்கிய மன¨வியின் முகத்தைக் கைகளில் ஏந்திக் கொண்டான்.

வினாடிகள் கரைந்தன.

எங்கோ துரத்தில் குழந்தை அழுவது கேட்டது.

“அரணி, பாப்பா அழுவுதும்மா” யாரோ அழைத்தார்கள்.

“ம்”

"ங்கா ங்கா " சித்ராவின் சமாதானக் குரலுக்கு அடங்காமல் குழந்தை அழுதது.

கணவனும் மனைவியும் சட்டென்று தன் நிலைக்கு வந்தார்கள்.

வெட்கத்துடன் கணவன் தோளில் முகம் புதைத்தாள் ஹரணி.

“அண்ணீ “சித்ராவின் குரல்.

கணவன் கைப்பிடியிலிருந்து அவசரமாக விலகிக் கீழே போவதற்காக நகர்ந்தாள்.

கௌதம் அவள் கையை விடாமல் பிடித்துத் தன் பக்கம் இழுத்தான். குழப்பமும் வெட்கமுமாக இழுத்த இழுப்பிற்கு வந்த மனைவியின் நெற்றியின் பொட்டைச் சரி செய்த படி அவள் மூக்கில் மெல்லக் குனிந்து முத்தமிட்டான்.

அவனை நிமிர்ந்து பார்க்காமல் கையை விடுவித்துக் கொண்டு வேகமாக அறையை விட்டு இறங்கினாள் ஹரணி.

மனைவியை இங்கிருந்து கடத்திக் கொண்டு போயாவது அவளுடன் சில நாட்கள் தனிமையாகக் கழிக்க வேண்டும் என்று நினைத்துக் கொண்டான் கௌதம்.

அத்தியாயம் 29

"கிளம்பு ஹரணி, மதுரைக்குப் போயிட்டு அப்படியே மதுராக்காவை பார்த்திட்டு இரண்டு மூணு நாள் கழிச்சு வரலாம் " காலையிலேயே மனைவியிடம் சொன்னான் கௌதம்.

அவன் சொல்லிய விதமோ, சொன்னவுடன் விருட்டென்று வாசலுக்குச் சென்று தன்னுடைய பைக்கைத் துடைக்க ஆரம்பித்ததாலோ, அவனை எதிர்கேள்வி கேட்க யாரும் முன் வரவில்லை. மாரியம்மா மட்டும் மருமகள் ஏதாவது சொல்ல மாட்டாளா? என்ற யோசனையுடன் ஹரணியின் முகத்தைப் பார்த்தார். வீட்டு வேலையைத் தனியாகப் பார்க்க வேண்டுமே, என்ற கவலையோ? என்னவோ?

ஹரணி உதட்டைக் கடித்துக் கொண்டு யோசித்தாள். நேற்று இரவிற்குப் பிறகு கணவனுடன் தனியாய் இருப்பதில் சுகம் தானே! அவளுக்கும் மதுரையில் வேலையிருக்கிறதே! ஜெயந்தியம்மாவை சந்திக்க வேண்டும். அவர் தனியாகப் பேச வேண்டும் என்று மீண்டும் மீண்டும் அத்தனை முறை சொல்லி விட்டுப் போயிருக்கிறார்.

கிளம்பும் முன் சித்ராவிடம் வந்தாள் ஹரணி.

"உனக்கு மதுரையில் என்ன பிரச்சனை என்று எனக்குத் தெரியாது. ஆனால் நான் உன் மாமியாரைப் பார்க்கலாம்னு இருக்கேன். உனக்கேதும் ஆட்சேபணை இல்லையே?"

இல்லை என்று தலையாட்டிய சித்ரா தலை குனிந்து கொண்டாள்.

ஹரணிக்குச் சித்ராவின் மேல் கோபமாக வந்தது. என்ன பெண் இவள்? எப்போது பேச வேண்டுமோ, அப்போது வாயைத் திறக்கக் காணோமே!

"கேட்கிறேனே சித்ரா" என்று அழுத்தமாகக் கேட்டாள்.

"அந்தம்மா ஒரு மனுஷியே இல்லை. நான் அவங்களுக்கு ஒரு சம்பளமில்லாத வேலைக்காரி. அவ்வளவு தான்" என்றவள் வேறு ஏதும் சொல்லாமல் அந்த இடத்தை விட்டு நகர்ந்தாள்.

ஹரணி ஏதும் பேசுமுன் வாசலிலிருந்து கௌதம் அழைத்தான்.

"ரெடியா ஹரணீ.."

யோசனையுடனே கணவனுடைய பைக்கில் ஏறினாள். ஆனால் எதிர்க்காற்றில் கணவன் தோளில், முதுகில் சாய்ந்து செல்லும் போது எல்லாம் மறந்து ஏகாந்தமாய் இருந்தது. கௌதமிற்கோ சொர்க்கமே அவன் கையில் கிடைத்தது போல இருந்தது. உல்லாசமாய் வண்டியை ஓட்டினான்.

நேராக பைக்கை மதுரை வடக்கு வெளி வீதியில் உள்ள தன்னுடைய டீலர்ஷிப் கடையின் முன்னே நிறுத்தினான். அங்கு சென்று கடையைப் பார்த்தவனுக்கு,

கோபமும் எரிச்சலும் வந்தது. சம்பளம் கொடுத்து ஒன்றுக்கு இரண்டாகக் கடையைப் பார்த்துக் கொள்ள ஆள் வைத்து இருக்கிறான். அவர்கள் இன்னும் கடையைத் திறக்கவில்லை! 'எங்கே போய்த் தொலைந்தார்களோ? நல்ல வேளை ஹரணிக்குக் கடையைக் காட்ட வேண்டும் என்று இங்கே அழைத்து வந்தது நல்லதாய்ப் போயிற்று' எண்ணியபடியே தானே கடையைத் திறந்தான்.

"சித்ரா ஆட்டோஸ்" கடைப் பெயரை சத்தமாகப் படித்த ஹரணி கணவனைப் பார்த்து புன்னகைத்தாள்.

"இந்தக் கடையில் பாதி சித்ராவிற்கு சொந்தம். கோவைக் கடைக்கு அக்கா பெயராக்கும்! அதில் பாதி அக்காவிற்கு" இலகுவாக பேசியபடி மனைவியை கடைக்குள் அழைத்து வந்தான்.

பெருமையாகத் தன் கடையை மனைவிக்குச் சுற்றிக் காட்டினான், அவள் ஈடுபாடுடன் பார்ப்பதை ஆசையாய் ரசித்தபடி அவள் காதுதொங்கட்டான்களைச் சுண்டிவிட்டான்.

சட்டென்று திரும்பி புருவம் தூக்கினாள் ஹரணி. முகத்தில் வெட்கச் சிரிப்பு.

"உன்னுடன் நாள் முழுவதும் இருக்கத்தான் உன்னைக் கூட்டி வந்தேன். ஆனால் இப்போது கடையை விட்டுவிட்டு வர முடியாதே" ஏக்கத்துடன் வந்தன கௌதமின் வார்த்தைகள்.

"நான் போய் ஜெயந்திம்மாவை பார்த்து வருகிறேன்" என்று சொல்ல வந்ததைத் தொண்டைக்குள்ளே நிறுத்தினாள். ஜெயந்திம்மா கண்டிப்பாகத் தனியாக வர வேண்டும் என்று கூறியதால் அவரை சந்திக்கும் விஷயத்தை கௌதமிடம் சொல்லுவது நல்லதா? என்று அவளுக்குத் தெரியவில்லை. இன்னும் சித்ரா தூக்குப் போட்டுக் கொள்வேன் என்று பயமுறுத்தியதையெல்லாம் சொல்ல

வேண்டி வரும். அப்படி சொன்னால் கௌதம் என்ன செய்வான் என்றும் யோசனையாக இருந்தது. சரி விவரத்தை முழுவதுமாக தெரிந்து கொண்டு சொல்லலாம் என்று முடிவெடுத்தாள்.

"என்னடா, ஒரேயடியாகக் கனவுலகத்திற்குப் போய் விட்டாய்?" அன்பொழுகக் கேட்டான் கௌதம்.

"கனவில் தானே உங்களோடு பேசவே முடிகிறது!" குறும்பாகத் தலைசாய்த்து பதில் சொன்னாள் அவன் மனைவி.

"உன்னை!" என்று செல்லமாக அடிக்கக் கை ஓங்கினான் கௌதம். "கடையென்று பார்க்கிறேன் இல்லையென்றால் .." என்றவனின் சட்டைப் பையிலிருந்த மொபைலை எடுத்துக் கொண்டவளாய்,

"எனக்குக் கொஞ்சம் ஷாப்பிங் செய்ய வேண்டும். வேலை முடிந்தவுடன் என்னைக் கூப்பிடுங்கள். இருவரும் ஒரு இடத்தில் சந்திக்கலாம்" என்றாள் ஹரணி.

மனைவி சொல்வது சரியெனப்பட தனக்குத் தெரிந்த ஆட்டோவை அவளுக்கு அமர்த்தியும் கொடுத்தான் கௌதம்.

ஆட்டோவில் ஏறிய ஹரணி சித்ராவின் மாமியாரை அவர் பணி செய்யும் கல்லூரியில் மதிய சாப்பாடு நேரம் சந்திப்பதாகக் கூறினாள். 'மதுரை தொலைபேசி நிலையம்' சென்று உசிலம்பட்டியில் வீட்டுக்கு ஃபோன் வசதியை ஏற்படுத்திக் கொண்டாள். இணைய வழித் தொடர்புக்கும் வசதி செய்து கொண்டாள். இனி 'ஹரணி கம்ப்யூட்டர்ஸ்' வேலையை உசிலம்பட்டியிலிருந்தே கவனிப்பது அவளுக்குச் சுலபம்.

தன்னுடைய வேலைகளையும், ஷாப்பிங்கையும் முடித்து விட்டு ஜெயந்திம்மாவை சந்திக்கச் சென்றாள். அவர் பேசப் பேச, ஏன் தனியாக வரச் சொன்னார் என்று புரிந்தது.

நல்லவேளை கணவன் தன்னுடன் இப்போது இல்லை என்ற நிம்மதியும் ஏற்பட்டது.

அத்தியாயம் 30

"உசிலம்பட்டி வீட்டை விற்கச் சொல்" என்று சொல்லிய ஜெயந்தியம்மாவின் முகத்தையே கூர்ந்து பார்த்தாள் ஹரணி. யோசித்துத்தான் பேசுகிறாரா இந்தப் பெண்மணி என்ற சந்தேகம் அவளுக்கு வந்தது. உசிலம்பட்டி வீட்டை விற்கச் சொல்ல இவர் யார் என்றும் கோபம் வந்தது.

இருவரும் கல்லூரிக் கேண்டீனில் உட்கார்ந்திருந்தனர். ஹரணி முன்னால் சூடு பறக்கும் காஃபி இருந்தது. ஜெயந்தியம்மா தன்னுடைய மதிய உணவை உண்டு கொண்டிருந்தார்.

"சின்ன மீனைப் போட்டுப் பெரிய மீனைப் பிடிக்கறவ நீ, யோசி, நான் சொல்வது உனக்கும் புரியும்." ஜெயந்தியம்மா பேசிக் கொண்டே போனார்.

"ஏன் நீங்களே இதைக் கௌதமிடம் நேராகச் சொல்ல வேண்டியது தானே?"

கௌதம் என்றவுடனே ஜெயந்தியம்மா கண்களில் சின்னதாக ஒரு பயம் வருவதை ஹரணி கவனித்தாள். ஒரு பேராசிரியர் கூட கௌதமிற்குப் பயப்படுகிறார் என்று அந்தச் சூழ்நிலையிலும் அவளுக்குச் சிரிப்புத்தான் வந்தது.

"அந்த வீட்டை விற்பதுதான் சித்ராவிற்கும் உனக்கும் நல்லது. நீயும் தான் எவ்வளவு நாள் அந்தக் கிராமத்தில் குப்பை கொட்ட முடியும்?"

“ஆனால் வீட்டை எதற்காக விற்க வேண்டும்?” ஹரணி கேட்டாள்.

"அந்த வீடு சித்ராவிற்கு அம்மா சொத்து. அதில் அவளுக்கும் பங்கு இருக்கு. அதைக் கொடுத்துட்டா அவ நிம்மதியா இருப்பான்னு சொல்றேன்.”

“வரதட்சணை கேட்கறீர்களா?" சூடாகவே கேட்டாள் ஹரணி. சட்ட விரோதமாய்ச் செயல்படுவதில் அவளுக்குக் கொஞ்சமும் சம்மதமில்லை.

“அப்படி ஏம்மா நினைக்கிறே? நான் சம்பாதிச்சு வாங்கின அப்பார்ட்மெண்ட்டில் சித்ரா இருக்கிறா! அந்தச் சின்ன வீட்டில் படிக்கிற பையனை வச்சிக்கிட்டு அவ எதிர்பார்க்கிற தனிமை அவளுக்குக் கிடைக்கிறதில்லை. அதனால் தினம் தினம் ஏதாவது பிரச்சனை! அழுகை.!”

“மதுரையில் சித்ராவுக்கும் நிம்மதியில்லை; அவளால் எங்க குடும்பத்துக்கும் நிம்மதியில்லை!” சொல்லிவிட்டு ஹரணியை நேராகப் பார்த்தார் ஜெயந்தியம்மா.

பேசாமல் அவரையே கவனித்துக் கொண்டிருந்தாள் ஹரணி.

“நீங்க வீட்டை வித்து சித்ரா பங்கை அவளுக்குக் கொடுத்துடுங்க! எங்களுக்கு வசதியா ஒரு பெரிய வீடா நாங்க பார்த்துக்கிறோம். இல்லை, சித்ராவைத் தனிக் குடித்தனம் கூட அனுப்பிடலாம்.” கறாராகப் பேசினார் ஜெயந்தியம்மா.

ஹரணி மௌனமாகத் தன் கையில் இருந்த காபியை உறிஞ்சினாள், “சித்ராவுக்கு இது தெரியுமா?”

“ஏன் தெரியாம? எத்தனை தடவை சொல்லிட்டேன்! முட்டாப் பொண்ணு, அம்மா அப்பா மனசு கஷ்டப்படுமாம்.

அண்ணங்கிட்டே சொல்லவும் பயப்படுகிறாள். அதுதான் உன்கிட்டே சொல்றேன்."

"எல்லோரிடமும் கலந்து பேச வேண்டிய விஷயமாச்சே இது! அவர்கள் மறுத்து விட்டால்?"

"அப்புறம் சித்ராவை நீங்கள் அடிக்கடி உசிலம்பட்டியில் பார்க்க வேண்டியிருக்கும்" பட்டென்று வந்தது அவர் பதில்.

"அவசரப்படாதீர்கள். நான் யோசித்துச் சொல்கிறேன்."

"நான் சொல்ல வேண்டியதைச் சொல்லிட்டேன். நீ எப்படி நடந்து கொள்கிறாயோ, அது உன் சமத்து. ஆனா வீடு பற்றி நான் பேசியதை கௌதமிடம் சொல்லும் முன் சித்ராவைப் பற்றிக் கொஞ்சம் யோசித்துக் கொள்."

தைரியமாக அவர் காட்டிக் கொண்டாலும் அவர் குரலில் சிறிது நடுக்கம் இருந்ததை ஹரணி கவனிக்கத் தவறவில்லை. கௌதம் கல்லூரிக்கு வந்து கலாட்டா செய்வானோ? என்று பயப்படுகிறாரோ என்னவோ?

தனது உணவு இடை வேளை முடிந்து விட்டதும் ஜெயந்தியம்மா சென்றாலும், யோசனையில் ஆழ்ந்த படி அங்கேயே சிறிது நேரம் உட்கார்ந்துவிட்டுக் கணவனைச் சந்திக்கச் சென்றாள் ஹரணி.

மனைவியின் முகத்தைப் பார்த்ததுமே என்னவோ நடந்திருக்கிறது என்று கௌதமிற்குப் புரிந்தது. நாள் முழுவதும் அவளைத் தனியே சுற்ற விட்டதனால் ஒரு வேளை வருத்தமோ? என்று தன்னையே மனதுக்குள் சபித்துக் கொண்டான் கௌதம்.

ஆட்டோவிற்குப் பணம் கொடுத்து அனுப்பியவன், "என்ன கண்ணம்மா, பெரிய ஷாப்பிங் போல?" தான் வாங்கி வந்திருந்த சாமான்களைக் கடைக்குள் அடுக்கிக் கொண்டிருந்த மனைவியைக் கேட்டான்.

அவனைப் பார்த்துச் சிரித்த மனைவியின் கண்களில் சிரிப்பு எட்டாததை கௌதம் கவனிக்கத் தவறவில்லை.

"நான் உன்னுடன் வரலைன்னு கோபமா ஹரணி?"

சாமான்களைச் சரிபார்த்துக் கொண்டிருந்தவள் திரும்பி வியப்பாக அவனை நோக்கினாள்.

"இல்லையே, ஏன்?"

"முகம் வாடியிருக்கிறதே கண்ணம்மா!"

ஜெயந்தியம்மா சொன்னதைச் சொல்லிவிடலாமா என்று ஒரு வினாடி யோசித்தாள் ஹரணி. அது பற்றிப் பேச இது நேரமில்லை, இடமும் இல்லை என முடிவெடுத்தாள்.

"வெயிலில் அலைந்த களைப்பு, வேறு ஒன்றுமில்லை."

அவளை நம்பாதவன் போல் கூர்ந்து பார்த்தான் கௌதம்.

சட்டென்று அவனைப் பார்த்து முகத்தில் குறும்புப் புன்னகையுடன் கண்ணடித்தாள் ஹரணி..

சிரித்து விட்டான் கௌதம். இந்தப் பெண் இவனை எப்படி ஆட்டிப் படைக்கிறாள்!

"என்னடா அப்படி வாங்கியிருக்கிறாய்? " சிரித்தபடியே கேட்டான்.

“பாதி, வீட்டுக்கு மளிகைச் சாமான். மீதி, அத்தையும் சித்ராவும் கொடுத்துவிட்ட லிஸ்ட். இது மதுராக்காவிற்கு.” விலாவாரியாய் விளக்கம் கொடுக்கும் மனைவியை ஆசையுடன் பார்த்தான் கௌதம்.

“வா ஹரணி, முதலில் நல்ல சாப்பாடு! ஒரு சினிமா, அப்புறம் கோயம்புத்தூர், குன்னூர், ஊட்டி தான்” என்று ஆவலாய்க் கையை நீட்டினான்.

மனதில் அரித்துக் கொண்டிருந்திருந்த கவலைகளை ஓரத்தில் ஒதுக்கி வைத்துவிட்டுக் கணவனுடன் சேர்ந்து நடந்தாள் ஹரணி.

அத்தியாயம் 31

காலையில் கதவைத் திறந்தவுடன் தன் தம்பியையும், அவன் மனைவியையும் பார்த்த மதுரா ஆச்சரியமடைந்தாள். தம்பி இவ்வளவு சீக்கிரம் தன்னைத் தேடி வருவான் என்று அவள் நினைக்கவேயில்லை. சிரித்த முகத்தோடும், பரிசுப் பொருட்களோடும் அவன் பக்கத்தில் நின்று கொண்டிருந்த அவன் மனைவியைப் பார்த்ததும் இன்னும் ஆச்சரியம். ஒன்றுமே நடக்காதது போல எப்படி இவளால் இருக்க முடிகிறது?

"அம்மா கொடுத்தார்கள்" என்றபடி ஒரு கடிதத்தை நீட்டினான் கௌதம். ஏனோ அதற்காக மட்டுமே வந்தது போல இருந்தது அவனுடைய தோரணை. தம்பி சமாதானம் செய்ய வருவது போல் வந்திருக்கிறான். ஆனால் அவன் செய்த காரியத்திற்கு விளக்கம் தரவோ அல்லது மன்னிப்புக் கேட்கவோ அவன் தயாராயில்லை என்பது மதுராவிற்குப் புரிந்து போயிற்று. அக்கா என்று தேடி வந்திருக்கிறானே அதுவரை சந்தோஷப்பட்டுக் கொள்ள வேண்டியது தான்.

"உள்ளே வாங்க" உணர்ச்சியில்லாத குரலில் வந்தவர்களை வீட்டுக்குள் அழைத்தாள் மதுரா. கையிலிருந்த பரிசுப் பொட்டலங்களை மதுரா கையில் கொடுத்தாள் ஹரணி. 'எத்தனை பிரியமாய் இத்தனை வாங்கி வந்திருக்கிறாள் இந்தப் பெண். இவளைப் போய்க் கோபித்துக் கொண்டோமே!' என்று மனதுக்குள் நினைத்தவளாய் "எதற்கம்மா இதெல்லாம், நான் என்ன சின்னப் பிள்ளையா?" என்றாள்.

"வாப்பா கௌதம்! வாம்மா" என்றபடி வந்தனர் மதுராவின் மாமனார் மாமியார்.

கௌதம் பெரியவரிடம் கை குலுக்கினான். ஹரணி வணக்கம் சொல்லிப் புன்னகைத்தாள். "கங்க்ராஜுலேஷன்ஸ்" என்று இரண்டு பெரியவர்களும் இருவரையும் வாழ்த்தினார்கள். பெரியவர்கள் பேசிக் கொண்டிருக்க மதுரா காலைச் சாப்பாடு தயார் செய்ய சமையலறைப் பக்கம் நகர்ந்தாள். அப்படியே அம்மாவின் கடிதத்தைப் படிக்க அவளுக்குத் தனிமை தேவையாயிருந்தது. அவள் படித்து முடித்துவிட்டுத் திரும்பிய போது அனைவரும் சாப்பாட்டு மேஜையில் உட்கார்ந்திருந்தனர். உட்கார்ந்திருந்தவர்கள் பேசிக்கொண்டிருக்க மதுரா அவர்களுக்குப் பரிமாறத் தயாரானாள்.

"என்ன இருந்தாலும் கௌதம், திருமணத்தை எல்லோருக்கும் நீ சொல்லிச் செய்திருக்க வேண்டும் அது தான் மரியாதை; எத்தனை பேருக்கு வருத்தம் பார்" பெரியவர் சொல்ல, "நடந்தது நடந்துவிட்டது, வேறு விஷயம் பேசுவோமே அங்கிள்" இனிமையாகச் சொன்னாலும் கௌதமின் குரல் சற்றே உயர்ந்திருந்தது. பெரியவரின் முகம் சுருங்கிவிட்டது. மதுரா சட்டென்று அழுகையை அடக்கிக் கொண்டு சமையலறைக்குள் புகுந்தாள். ஹரணியும் கூடவே எழுந்து சென்றாள்.

"திமிரோடு பேசறதைப் பார்த்தியா? அக்கா வீட்டு மனுஷங்கன்னு கொஞ்சமாவது பொறுப்பிருக்கா? இவன் இப்படிப் பேசினா இந்த வீட்டில் என்னை எப்படி மதிப்பாங்க?" மதுராவின் கண்களில் கண்ணீர் வழிந்தோடியது. மெல்ல விசும்பினாள். மதுரா சொல்வதிலும் உண்மையிருப்பது ஹரணிக்குப் புரிந்தது. மதுரா கையிலிருந்த கேசரியை எடுத்துக் கொண்டு தானே பறிமாறப் போனாள்.

"நீங்க கேட்கிறது நியாயம் தான் அங்கிள். ஆனா ஹரணி கம்ப்யூட்டர்ஸ் ஒரு சிக்கலில் மாட்ட இருந்தது. எனக்குக் கௌதமின் உதவி தேவைப்பட்டதினால் அவசர அவசரமாகத் திருமணம் நடக்க வேண்டியிருந்தது; அதனால் தான்" என்று கௌதம் கொடுக்க மறுத்த விளக்கத்தை ஹரணி கொடுத்தாள். அவளுக்குக் கௌதம் மேல் மூலையில் ஒரு சின்னக் கோபம் வந்தது.

கௌதம் நிமிர்ந்து மனைவியைப் பார்த்தான். அவளும் புன்னகைத்துக் கொண்டே தோளைக் குலுக்கினாள். "அட ஆமா, உங்க கம்பெனி விலைக்குப் போகலாம் என்று வதந்தி இருப்பதாக நானும் பத்திரிக்கைகளில் இரண்டு நாள் முன்னால் படித்த ஞாபகம்!".

"அப்படியா அங்கிள்? எனக்கு எதுவும் தெரியாது; அம்மாவும் எதையும் சொல்லவில்லை."

"பிரச்சனை எதுவும் இல்லையே! எதுவும் ஹெல்ப் வேணுண்ணா கேள். நான் ரிடயர்ட் சார்ட்டட் அக்கௌண்டட்" பெரியவர் சொன்னார்.

"அப்புறம் என்னப்பா உன் ப்ளான்?"

"ஹரணி இருக்கட்டும், நான் டீலர்ஷிப் வரை போயிட்டு வந்துடுறேன். அப்புறம் இரண்டு நாள் ஊட்டிக்குப் போயிட்டு வரலாமென்று இருக்கிறேன்" பதிலளித்தான் கௌதம்.

சாப்பிட்டானதும் கௌதம் கிளம்ப, ஹரணியும் மதுராவும் பகல் உணவு தயாரிப்பதில் இறங்கினார்கள். ஜெயந்தியம்மா பேசியதை மதுராவிடம் சொல்லலாமா வேண்டாமா என்று ஹரணி யோசித்துக் கொண்டே காய் வெட்டிக் கொண்டிருந்தாள்.

"சித்ரா உங்களை ரொம்ப மிஸ் பண்றா"

அம்மா சித்ரா செய்த கலாட்டாவைக் கடிதத்தில் எழுதியிருந்தாள். அதனால் மதுராவிற்கு விஷயம் ஒன்றும் புதிதில்லை. "ஆமா, அவள் ஒரு வாயில்லாப் பூச்சி, எல்லாத்துக்கும் நான் வேண்டும்" என்று பதில் சொன்ன மதுரா, "அந்த மாமியார்க்காரிக்குப் பேராசை; ஏதாவது சொல்லிச் சித்ராவைத் திட்டிக்கிட்டே இருக்கிறது தான் வேலை" என்றாள்.

"அவங்க வீட்டில் சித்ராவிற்குப் பங்கு கேட்கிறார்கள்" என்ற ஹரணி எல்லா விவரத்தையும் சொன்னாள். அவள் முடிக்கும் வரை கேட்டுக் கொண்டிருந்தாள் மதுரா.

"நாங்க சொன்னாத் தம்பி கேட்க மாட்டான். நீ சொன்னாக் கேட்பான். அம்மா அப்பாவையும் கூட நீ சமாளிச்சுடுவே."

"என்ன சொல்றீங்க? எனக்குப் புரியலை!. வீட்டை விற்றால் பரவாயில்லையா?" ஆச்சரியமாகக் கேட்டாள் ஹரணி.

"அது எப்படி விருப்பம் இருக்கும்? நாங்க ஓடி விளையாடின வீடு. ஆனா காலத்திற்குத் தகுந்த மாதிரி நாமும் மாறணுமில்லையா? அம்மாவும் அப்பாவும் ஒரு நல்ல வசதியான வீட்டிலிருந்தால் எனக்கும் ஒரு கௌரவம் தானே. இங்கே பார், எப்படி இழைச்சு இழைச்சுக்

கட்டியிருக்கிறாங்க?" என்று சலவைக் கல் மேடையைத் தடவிக் காட்டினாள் மதுரா. ஹரணி மௌனமாயிருக்க அவளே தொடர்ந்தாள், "இவர்களுக்குச் சமமாய் இருந்தால் தானே ஒரு மதிப்பு மரியாதை. கௌதமிற்கு வசதியில்லையா என்ன? நீ சொல். அவன் கண்டிப்பாய்க் கேட்பான்." நம்பிக்கையோடு சொன்னாள் மதுரா. பதில் சொல்ல முடியாமல் வாயடைத்துப் போய் நின்றாள் ஹரணி. அவளிடம் கௌதம் சொன்னதென்ன? இங்கே நடப்பதென்ன?

"ஹரணி ஹரணி" என்று அழைத்தபடியே வந்தான் கௌதம். சமையலறையை விட்டு வெளியே வந்தாள் ஹரணி. "எனக்கு ஷிப்மெண்ட் வந்திருக்கிறதா ஃபோன் வந்தது. கிளம்பு, உடனடியாகச் சென்னைக்குப் போகணும். மத்தியானமே ஃப்ளைட் இருக்கு" பரபரப்பாகச் சொன்னான் கௌதம்.

அத்தியாயம் 32

தன் முன்னால் வந்து நின்ற ஹரணியைத் திகைப்பாகப் பார்த்தார் காந்திமதி. கணவனுடன் சென்ற பெண் சில நாட்களிலேயே தகவல் எதுவுமில்லாமல் தனியாக வந்து நின்றால் எந்தத் தாய்க்குத் தான் வயிற்றைக் கலக்காது. அன்று ஃபோனில் கூட சென்னை வருவது பற்றி ஒன்றுமே சொல்லவில்லையே! கணவனுடன் எதுவும் சண்டையோ?

"என்ன ஹரணி?" பதற்றத்தோடு நாற்காலியை விட்டு எழுந்தார். "மாப்பிள்ளை எங்கே?"

"ரிலாக்ஸ்மா! கௌதம் ஹார்பர் வரைக்கும் அவசரமாகப் போக வேண்டியிருந்தது. ஸோ நான் இங்கே வந்துட்டேன்", சிரித்தபடி மேஜை நுனியில் உட்கார்ந்தாள் ஹரணி. நிம்மதியானார் காந்திமதி.

அவர் நிம்மதிக்கு இன்னொரு காரணமும் இருந்தது. அன்று 'ப்ரஸ் மீட்டிங்' ஒன்றுக்கு விஜய் ராகவன் ஏற்பாடு செய்திருந்தார். அந்த ரெட்டி கிளப்பிய வதந்திக்கு பதில் கொடுக்க இதுவே சரியான வழி என்று அவர் நினைத்ததால் இந்த ஏற்பாடு. மாலையில் தான் பிரஸ் மீட். எப்படி சமாளிப்பது என்று கவலையாக இருந்தார் காந்திமதி. 'ஹரணி வந்து விட்டாள். கவலையில்லை'.

"என்னம்மா யோசனை?"

"பேப்பர் படிக்கலையா நீ, ரெட்டி, தான் ஹரணி கம்ப்யூட்டர்ஸை வாங்கப் போவதாக பத்திரிக்கைகளுக்குப் பேட்டி கொடுத்திருக்கிறார்."

"ம்ம்ம்.. பேப்பர்ஸை அப்பா ரூமுக்குக் கொண்டு வந்து கொடுக்கச் சொல்லுங்க. ஃப்ரீயா இருந்தா நீங்களும் அங்கே வாங்க" என்றபடி தன் அறைக்குச் சென்றாள் அவள். தந்தை இறந்தபின் அவரது அலுவலக அறை, அவளுடையதாயிற்று.

சிறிது நேரத்தில் காந்திமதியே பேப்பர்களை எடுத்துக் கொண்டு அவள் அறைக்கு வந்தார்.

"தேங்ஸ்மா வினய் எப்படியிருக்கிறான்? என்று வினவியபடி பேப்பரை நோட்டமிட்டாள் ஹரணி. மனதில் ஒரு திட்டம் உருவானது. தன் திட்டத்தைச் செயலாக்குவது குறித்துப் 'ப்ரப்போஸல்' தயார் செய்தாள். ரவியிடம் உசிலம்பட்டியில் பேசிக்கொண்டிருக்கும் போது மனதில் சின்னதாய் விழுந்த விதை. அதைப் பெரிய அளவில் செயலாற்ற முடிந்தால் நன்றாக இருக்கும்,

"அம்மா, உனக்கு எஜுகேஷன் மினிஸ்ட்டர் செகரட்டரியைத் தெரியும் தானே? அவங்களைக் காண்டாக்ட்

பண்ண முடியுமான்னு பாருங்க" என்றவள் நாற்காலியை விட்டு எழுந்து குறுக்கும் நெடுக்குமாக நடக்க ஆரம்பித்தாள்.

ஃபோனில் செகரட்டிரியிடம் காந்திமதி பேசுவது தெரிந்ததும், தான் வாங்கிப் பேசினாள்.

"ஹலோ ஆன்ட்டி, எப்படியிருக்கீங்க! சாரி வேலையில் தொந்தரவு பண்றதுக்கு மன்னிக்கணும். 'ஐ நீட் டு டாக் டு த மினிஸ்டர்' ஏற்பாடு பண்ண முடிந்தால் நன்றாயிருக்கும்" என்று தன் மனதில் தோன்றிய திட்டத்தை விளக்கினாள்.

ஹரணி சொன்ன விஷயம் பிடித்ததால் உடனே மினிஸ்ட்டரைப் பார்க்க ஏற்பாடு செய்தார் அந்தப் பெண்மணி.

மந்திரியின் அலுவலகத்தில்,

"சொல்லுங்கம்மா என்ன விஷயம்?"

"வணக்கம் சார். மேல்நிலைப்பள்ளி மாணவர்களுக்கு அவர்கள் மதிப்பெண்களைப் பொறுத்து இலவச ட்ரெயினிங் கொடுக்க ஹரணி கம்ப்யூட்டர்ஸ் முடிவெடுத்திருக்கு".

"நல்ல விஷயமா இருக்கே! எவ்வளவு நாள் பயிற்சிம்மா?

"அவர்களுக்கு முதலில் மூன்று மாத அல்லது ஆறு மாத பயிற்சி கொடுக்கலாம்னு இருக்கோம் சார். முக்கியமா கிராமப் பகுதி மாணவர்களுக்கு முன்னுரிமை கொடுப்பது பற்றியும் யோசித்துக் கொண்டிருக்கிறோம். அதனால் உங்க அனுமதி வேணும். இந்த 'ப்ரோகிராமிற்கு' அரசு அங்கீகாரம் கிடைச்சா நல்லாயிருக்கும்" உற்சாகத்தோடு விளக்கினாள் ஹரணி.

“உடனே எப்படிம்மா செய்ய முடியும்? ப்ரப்போஸல் தாங்க பார்ப்போம்” என்றார் மந்திரி. தன்னிடமிருந்த காகிதங்களை நீட்டினாள் ஹரணி.

வாங்கிப் புரட்டிப் பார்த்தார். “நான் நம்ம சீஃப் மினிஸ்டர்கிட்டே பேசறேன். ஒரு பெண் இவ்வளவு ஆழமா யோசிக்கிறதைக் கேட்டால் மேடம் ரொம்ப சந்தோஷப்படுவாங்க”

”ரொம்ப நன்றி சார். உங்க அனுமதியோட இன்னிக்குப் ‘ப்ரஸ் மீட்டில்’ சொல்லலாம்னு இருக்கோம்!”, மறைமுகமாக வலியுறுத்தினாள் ஹரணி.

“அவசரப்படுறீங்களேம்மா!”

“சாரி சார். நல்ல விஷயம் செய்யும் போது தாமதிக்கக் கூடாதுன்னு அப்பா சொல்வார். ஐடியா வந்தவுடனே ஓடி வந்தேன்” புன்னகை மாறாமல் சொன்னாள்.

“ரொம்ப உறுதியாய் இருக்கீங்க. அப்ப ஒண்ணு பண்ணுங்க, இந்தத் திட்டம் அரசு பரிசீலனையில் இருக்குன்னு ப்ரெஸ்மீட்டில் சொல்லுங்க. அப்புறம் சரியா வரலைன்னா அரசு அனுமதி தரலைன்னு சொல்லிடுங்க. விவரம் தெரிந்து கொள்ள இன்னும் இரண்டு வாரத்தில் காண்டாக்ட் பண்ணுங்க” என்றபடி அவர்களுக்கு விடை கொடுத்தார் கல்வி மந்திரி.

ஹரணி நம்பிக்கையோடு வெளிவந்தாள். ரெட்டியோடு ஆடும் சதுரங்கத்தில் சரியான முடிவெடுத்ததாக அவளுக்குப் பட்டது.. ‘எதற்கும் கௌதமிடமும் பேச வேண்டும். அவனும் ப்ரஸ் மீட்டுக்கு வந்தால் நன்றாக இருக்கும்.’ சிந்தனையோடு காரில் ஏறி சாய்ந்தமர்ந்தாள்.

தாயும், மகளும் அப்போதைய வேலைகளை முடித்து வீடு திரும்பினால் கௌதம் அவர்களுக்காகக் காத்திருந்தான்.

அத்தியாயம் 33

துறைமுகத்திலிருந்து வந்ததிலிருந்தே கௌதம் ஒருவிதப் பரபரப்போடு இருந்தான். அவனுடைய இயந்திரம் ஜெர்மனியிலிருந்து வந்து விட்டது. அதை உசிலம்பட்டிக்கு எடுத்துப் போகவும் லாரி ஏற்பாடு செய்தாகி விட்டது. இன்று இரவு லாரி உசிலை கிளம்புகிறது. இவனும் லாரியிலேயே கிளம்பிப் போய்விட வேண்டும் என்று திட்டமிட்டிருக்கிறான். இயந்திரம் தனித்தனிப் பாகங்களாக வந்திருக்கிறது என்று அவனுக்குத் தெரியும். ஷிப்மெண்ட்டைப் பிரித்து, வந்திருக்கும் மிஷினைச் சரி பார்த்துப் பாகங்களைத் தானாகவே இணைக்கப் போகிறோம் என்று நினைக்கும் போதே பரவசமாக இருந்தது.

ஹரணி வந்துவிட மாட்டாளா? விவரம் சொல்லிவிட்டு உடனே கிளம்பிப் போனால் நன்றாக இருக்கும். வாசலிலேயே காத்திருந்தான் கௌதம். கார் போர்டிகோவில் நுழைந்தது. கார் பின் சீட்டில் ஹரணியும் காந்திமதியும் உட்கார்ந்திருப்பது தெரிந்தது. கார் முழுவதுமாக நிற்கும் முன்னே காரிலிருந்து அவசரமாக இறங்கி முத்துப்பல் தெரிய சிரித்துக் கொண்டே அவனை நோக்கி அவள் வர, சிலையாய் ஆனான் கௌதம். ஹரணியிடம் சொல்ல நினைத்திருந்தது எல்லாம் அப்படியே காற்றில் பறந்து போயிற்று. ஹரணி அவன் மனைவி என்பது மட்டும் நினைவிலிருந்தது. அப்படியே அந்தக் குழிவிழுந்த கன்னத்தைக் கையில் தாங்கிக் காற்றில் பறக்கும் முடிகளை ஒதுக்கிவிட வேண்டும் என்று தோன்றியது. அவன் பார்த்துக் கொண்டிருக்கையிலேயே அவன் முன்னால் வந்து படியேறி அவனருகில் நின்றாள் ஹரணி. மேல் படியிலிவன் நின்றிருக்க, கீழ் படியில் ஹரணி நின்றிருக்க, தன்னை அறியாமல்

கையைத் தூக்கி ஹரணியின் முகத்திலிருந்த முடியை ஒதுக்கி விட்டான் கௌதம்.

"அம்மா, இந்தப் பையை எல்லாம் எங்கே வைக்கட்டுங்க?" கேட்டபடி டிரைவர் வந்தான்.

"என்ன நாள் பூரா ஷாப்பிங்கா?" தன்னிலைக்கு வந்த கௌதம் மனைவியைக் கிண்டலடித்தான். டிரைவர் கையிலிருந்த பைகளை வாங்கிக் கொண்டான். தன் கரங்களுக்கு ஏதாவது வேலை கொடுக்க வேண்டியிருந்தது.

"ஷாப்பிங்கா? நான் எஜுகேஷன் மினிஸ்டரைப் பார்த்துட்டு வரேனாக்கும்." என்றபடி வீட்டுக்குள் நுழைந்தாள் ஹரணி.

"வந்ததும் வராததுமா இது என்னம்மா? மாப்பிள்ளை ஏதாவது சாப்பிட்டாரான்னு கேளு" என்று மகளிடம் சொல்லியபடியே காந்திமதி மெதுவாக நடந்து வீட்டுக்குள் வந்தாள்.

"அதெல்லாம் மணி கேட்டானம்மா" என்று பதில் சொன்னான் கௌதம். அவன் கையிலிருந்த பைகளை வாங்கிக் கீழே வைத்த ஹரணி, "இதைப் படித்துப் பாருங்கள். இந்த ப்ரபோஸல் பத்தி என்ன நினைக்கிறீர்கள்?" என்று காகிதங்களை அவனிடம் நீட்டினாள்.

"ப்ரப்போஸலா? என்ன விஷயம்?" என்று கேட்டபடியே காகிதங்களில் கண்களை மேயவிட்டான் கௌதம். அவன் படித்தபடியே அங்கிருந்த சோஃபாவில் உட்கார, ஹரணியும் அவன் பக்கத்தில் அமர்ந்து ரெட்டியின் பத்திரிக்கை பேட்டியையும், பிரஸ் மீட்டின் அவசியத்தையும் கணவனுக்கு விளக்கினாள்.

கணவன் மனைவி பேசிக் கொண்டிருக்கட்டும் என்று நினைத்தவராய் காந்திமதி தன்னுடைய அறை நோக்கி

நகர்ந்தார். காகிதங்களிலிருந்து பார்வையை விலக்கி மனைவியை ஏறிட்டுப் பார்த்தான் கௌதம். அவனுக்கு மிகப் பெருமையாக இருந்தது, எத்தனை பெரிய வேலையை இவ்வளவு சுலபமாகச் செய்திருக்கிறாள்!

ப்ரஸ் மீட்டில் என்ன பேசணும்? யார் யார் வருவாங்கன்னு விவரம் தெரிந்தால் நல்லாயிருக்கும் என்று சிறிது நேரம் யோசித்தவன், "விஜயராகவன் சாரைக் கூப்பிட்டுப் பேசறேன். நல்ல வேளை நாம கவனக் குறைவா இருந்தாலும் அவர் நல்லா யோசிச்சு இந்தப் ப்ரஸ் மீட் ஏற்பாடு பண்ணியிருக்கிறார்" என்றான்.

"அப்ப நீங்க ப்ரஸ் மீட்டுக்கு வர்றீங்க தானே?" என்ற ஹரணி சந்தோஷத்தில் சோஃபாவிலிருந்து துள்ளிக் குதித்து எழுந்தாள். அங்கிருந்த ஷாப்பிங் பைகளைக் கையில் எடுத்தாள்.

"நீங்களும் ப்ரஸ் மீட்டிற்கு வரணும்னு என் ஆசை. பாருங்கள் உங்களுக்காக ப்ரஸ் மீட்டிற்குப் போடுவதற்குப் பொருத்தமா சில டிரஸ்ஸஸ் வாங்கிட்டு வந்திருக்கேன்" என்றவள், "வாங்க மேலே போய் போட்டுப் பார்க்கலாம்" என்று அவனை மாடிப்பக்கமாகக் கைப் பிடித்து அழைத்துச் சென்றாள் ஹரணி.

மனைவியின் கைப்பொம்மையாகப் படியேறினான் கௌதம். தனக்காகத் தன் மனைவி ஆசையாய் ஆடைகள் வாங்கி வந்திருக்கிறாள் என்பது அவனை வாயடைக்க வைத்தது. ஆனால் இவன் ஹரணியிடம் ஏதோ சொல்ல வேண்டும் என்று நினைத்திருந்தானே? என்ன அது?

“ஹரணி”

"எனக்குத் தெரியும், உங்களிடம் சொல்லாமல் போய் ட்ரஸ் வாங்கினது தப்புத் தான். ஆனால் மினிஸ்டர் கிட்டே பேசினவுடன் நான் ஒரே எக்சைட் ஆயிட்டேன்.

யோசிக்காமல் ஒரு வேகத்தில் வாங்கிட்டேன்" என்ற படித் தன் அறைக் கதவைத் திறந்தாள்.

ஏதோ சொல்ல வந்தவன் மனைவியின் அறையைப் பார்த்தவுடன் அப்படியே உறைந்து நின்றான்.

ஒரு நட்சத்திர ஹோட்டல் அறை போலப் பெரியதாக எல்லா வசதிகளுடன் இளம் சிகப்பு வண்ணத்தில் அலங்கரிக்கப்பட்டிருந்தது அந்த அறை. இத்தனை வசதியான அறையில் உறங்கியவளா அங்கே உசிலம்பட்டியில் தரையிலும் சாய்வு நாற்காலியிலும் தூங்குகிறாள்? மனது பாரமானது. இவன் தான் பைத்தியக்காரனாய் ஆசைப்பட்டானென்றால் காந்திமதியம்மா ஒரு தாயாய் இதையெல்லாம் யோசிக்காமல் திருமணத்திற்கு எப்படி ஒத்துக் கொண்டார்? மனதில் கேள்வி ஒன்று குடைந்தது.

தன்னைத் தொடர்ந்து கணவன் வராததை உணர்ந்த ஹரணி புருவத்தைச் சுருக்கியபடி அறை வாசலைப் பார்த்தாள். ஒரு ஆடவனை அதுவும் தன் கணவனை முதல் முதலாகத் தன் அறைக்கு அழைத்து வந்திருக்கிறோம் என்பது அவளுக்கும் அப்போது தான் உறைத்தது.. மனைவியை நோக்கி அடி மேல் அடி எடுத்து நடந்தான் கௌதம். விரும்பிய தனிமை கிடைத்திருக்கிறது. ஆனால் அந்தத் தனிமையை அனுபவிக்க இது நேரமில்லை. இயலாமையில் கோபம் வந்தது. அடக்கிக் கொண்டான். மனைவியின் அருகில் வந்து அவள் தோளில் கைகளை வைத்து அழுத்தினான்.

ஹரணியின் உடல் ஒரு முறை சிலிர்த்தது.

"ஹரணி" குனிந்து காதோரமாய் மனைவியை அழைத்தான். வெட்கத்துடன் கண்களை மட்டும் உயர்த்திப் பார்த்தாள் ஹரணி.

"எத்தனை மணிக்கு ப்ரஸ் மீட்டிங்?"

நிமிர்ந்து கணவனைப் பார்த்தாள் ஹரணி. அவன் கண்களில் எதையோ தேடி ஏமாந்தவளாய் பதில் சொன்னாள், "ஏழு மணிக்கு".

"அப்படியானால் ரெடியாவதற்குத் தான் நேரமிருக்கிறது" என்றவன் குளியலைறையைத் தேடிச் சென்றான்.

கணவன் எதற்காகக் கோபமாக இருக்கிறான்?

அத்தியாயம் 34

ரெட்டி பத்தின கேள்விகளுக்கெல்லாம் தெளிவா கணீர்னு பதில் சொன்னீங்கம்மா'' ஹரணி பின் சீட்டிலிருந்த தன் தாயுடன் பேசிக் கொண்டிருந்தாள்.

இரவு ப்ரஸ் மீட்டிங் முடிந்து காரை ஓட்டி வந்தான் கௌதம். முகம் இறுகியிருந்தது. அவன் மேலேயே அவனுக்குக் கோபம் வந்தது. ப்ரஸ் மீட்டில் என்ன பேசினான் என்று கேட்டால் அவனுக்கே தெரியாது. அத்தனை கண்களுக்கு நடுவில் ஹரணியின் அருகில் உட்கார்ந்திருப்பது பெரிய அவஸ்தையாக இருந்தது. அதுவும் நிருபர்களின் கேள்விக்குப் பதில் சொல்லி விட்டு அவனைப் பார்த்து ஒவ்வொரு முறையும் அவள் அழகாய்ச் சிரிக்கும் போது அவள் கன்னக் குழியைத் தொட்டுப் பார்க்க அவன் கரங்கள் துறுதுறுத்தன. ஆனால் அவன் அவஸ்தை ஹரணிக்குத் தான் தெரியவில்லை. இப்போதும் முன்பக்க சீட்டிலிருந்து கொண்டு தலையைத் திருப்பித் தாயுடன் பேசிக்கொண்டு வருகிறாள் ஹரணி. அவள் கூந்தலோ பறந்து வந்து அவனை இம்சிக்கிறது.

''அம்மா வினயின் மொபைலுக்கு ஃபோன் போடுங்கம்மா. நாளைக்கு பேப்பரில் நியூஸ் வரதுக்கு முன் நாமே விஷயத்தை அவனுக்குச் சொல்லிடணும்'' என்றவள்

கௌதம் பக்கம் திரும்பி, "உங்க சப்போர்ட்டுக்கு ரொம்ப தாங்க்ஸ். நீங்க கூட இருந்தது ரொம்ப தைரியமாக இருந்தது" என்று நிஜமான நன்றி உணர்வோடு சொன்னாள்.

"உன்னோட நன்றிக்காக நான் எதையும் செய்யவில்லை" இறுக்கமாக வந்தது கௌதமின் பதில். புருவ மத்தியில் முடிச்சு விழுந்தது ஹரணிக்கு. கணவனின் கோபம் அவளுக்குப் புரியவில்லை.

"என்னப்பா வினய் எப்படியிருக்கே? அக்கா உங்கிட்டே பேசணும்னா" என்றபடி ஃபோனை மகளிடம் நீட்டினார் காந்திமதி.

"வினய், எப்படிடா இருக்கே? மீட்டிங் சூப்பரா முடிஞ்சது" என்றவள் எதிர்ப்பக்கக் கேள்விக்குப் பதில் சொல்வது போல, "சும்மா திடீர்ன்னு மெட்ராஸ் வர வேண்டியதாயிடுச்சு! என்னது, எவ்வளவு நாள் இருக்கப் போறேன்னு தெரியலையே" என்றவள் ஃபோனை ஒரு கையால் மூடிக் கொண்டு, "ஏங்க நாம் இன்னும் எவ்வளவு நாள் சென்னையில் இருப்போம்? முடிந்தால் ஃப்ளை பண்ணி வர்றேன்னு வினய் சொல்றான்" என்று கௌதமிடம் கேட்டாள்.

சடாரென்று ப்ரேக் போட்டான் கௌதம். நிலை தடுமாறிக் கீழே விழப் போன ஹரணியை அவன் இடது கை தன்னிச்சையாகத் தாங்கியது. அவள் கையிலிருந்த ஃபோன் அவன் காலடியில் விழுந்தது.

சென்னையிலிருந்து இன்று இரவு லாரியில் உசிலம்பட்டிக்குக் கிளம்ப வேண்டுமென்றல்லவா நினைத்திருந்தான், எப்படி மறந்து போனான்? லாரி அவனில்லாமல் கிளம்பாதே!

காரை ஒரு ஓரத்தில் நிறுத்தி கீழே விழுந்திருந்த ஃபோனை எடுத்து, "வினய், நாளைக்கே கூட நாங்க

கிளம்பிடலாம். அதனால் நீ ஹரணியை ஊருக்கு வந்து பார்த்துக் கொள்" என்றவன் விளக்கம் ஏதும் சொல்லாமல் காரை ஓட்டினான். காருக்குள் இறுக்கமான அமைதி நிலவியது. வீட்டை அடைந்த கௌதம் காரைவிட்டு விருட்டென்று வெளியே வந்தான். 'படார்' என்று கோபமாகக் கார் கதவைச் சாத்திவிட்டுத் தோட்டப் பக்கமாகச் சென்றான். குழம்பிக் கிடந்த மனதை நிலைப்படுத்தத் தனிமை தேவையாய் இருந்தது.

எவ்வளவு நேரம் நின்று கொண்டிருந்தானோ தெரியாது. மெதுவாய் மாடியேறி ஹரணியின் அறைக்குச் சென்றான். அவன் காரில் நடந்து கொண்ட விதத்திற்கு ஹரணியிடம் விளக்கம் சொல்ல வேண்டியது அவன் கடமை.

டிரஸ்ஸிங் கண்ணாடி முன் உட்கார்ந்து தலையை வாரிக் கொண்டிருந்தாள் ஹரணி. உடை மாற்றியிருந்தாள். கண்ணாடி வழியாகவே அவன் கண்களைச் சந்தித்தாள். எதுவும் பேசாமல் உடை மாற்றிக் கொண்டு வந்தான். அவன் வெளியே வந்தபோது ஹரணி இன்னமும் கண்ணாடி முன்னாலிருந்தாள். கண்களில் ஏதோ யோசனை! நடந்து போய் அவள் கையிலிருந்த சீப்பை வாங்கி அவள் கூந்தலை மெல்ல வாரிவிட்டான். மன்னிப்புக் கேட்காமல் கேட்பதாக இருந்தது அவன் செயல். ஆச்சரியமாகக் கண்ணாடியில் ஹரணி கண்களை விரித்தாள்.

அவள் கூந்தலை மௌனமாகப் பின்னி விட்ட கௌதம் தோளைப் பிடித்து எழுப்பி அவளைத் தன் புறமாகத் திருப்பி, "இன்று உன் அப்பா இருந்தால் மிகவும் பெருமைப்பட்டிருப்பார் தெரியுமா? உன்னை நீயே மிஞ்சி விட்டாய்" என்றான் பெருமிதம் பொங்க.

"அப்படியானால் யார் மேல் கோபம்? ஏன் கோபம்?" சொல்லுங்கள்.

மனைவியின் முகத்தைக் கைகளில் ஏந்தினான், "உன்னுடன் தனிமையிலிருக்க முடியாத தவிப்புத் தான் என் கோபம். உன்னைப் பார்த்ததும் என் வேலைகளை மறந்ததிற்காக என் மேல் கோபம்" என்றான்.

"ஏதாவது முக்கியமான வேலையா? ஹார்பரில் இன்னும் வேலை முடியவில்லையா? அதற்குள் நான் உங்களை மீட்டிங்கிற்கு இழுத்துக் கொண்டு போய்விட்டேனா?" கரிசனத்தோடு கேட்டாள் ஹரணி.

"இப்போதைக்கு என்னுடைய முக்கியமான வேலை நீ தான்" என்றபடி மனைவியைத் தன்னோடு அணைத்துக் கொண்டான். அவளும் ஆசையுடனும் வெட்கத்தோடும் அவன் தோளில் முகம் புதைத்தாள்.

இரவில் கௌதம் கண்விழித்த போது ஹரணி ஜன்னலைப் பார்த்துக் கொண்டு நின்றிருந்தாள். "என்ன ஹரணி?" மனைவியின் அருகில் பதற்றத்தோடு போனான்.

"முக்கியமான வேலையைக் கெடுத்து விட்டேனா?" சின்னப் பிள்ளை போல் கேட்டாள். இவளா ஒரு கம்பெனியை நிர்வகிக்கிறாள் என்று ஆச்சரியமாக இருந்தது கௌதமிற்கு.

"என்னுடைய இயந்திரங்களை இன்று உசிலம்பட்டிக்கு லாரியில் ஏற்றிவிட்டு நானும் உடன் செல்லலாமென்று இருந்தேன், அவ்வளவு தான்".

சட்டென்று பிரகாசமானாள் ஹரணி. "லாரி இன்னும் போய்விடவில்லையே?" ஆர்வமாகக் கேட்டாள். புன்னகைத்துக் கொண்டே 'இல்லை' என்று தலையசைத்தான் கௌதம்.

"உங்கள் சாமானோடு ஒரு கம்ப்யூட்டர் பிரிண்ட்டர் செட்டையும் வைத்து அனுப்பி விடலாமா? எனக்கு அங்கே வசதியாக இருக்கும்."

"கண்டிப்பாகக் காலையில் முதல் வேலை அது தான்" கௌதம் சிரித்தபடி மனைவியை அணைத்தான்.

அத்தியாயம் 35

சென்னையிலிருந்து உசிலை வந்து இரண்டு நாட்களாகின்றன. கௌதமைக் கண்ணில் பார்க்க முடியவில்லை. இரவும் பகலும் ஒர்க் ஷாப்பிலிருக்கிறான். சித்ராவின் அறையை எட்டிப் பார்த்தாள் ஹரணி. குழந்தையைக் கையில் பிடித்தபடியே விட்டத்தைப் பார்த்தபடி உட்கார்ந்திருந்தாள் அவள். பார்ப்பதற்கே பாவமாக இருந்தது. ஆனால் இப்போது இவளிடம் பேச முடியாது. மனதுக்குள் குமைந்து கொண்டிருக்கும் இவளுக்கு ஆறுதல் வார்த்தைகளில் இல்லை. ஏதாவது செய்ய வேண்டும். என்ன செய்வது? எவ்வளவு யோசித்தும் ஒன்றுமே புலப்படவில்லை.

ஜெயந்தியம்மாவிடம் பேசியதை மதுரா தவிர வீட்டில் யாரிடமும் சொல்லவில்லை ஹரணி. மாரியம்மா கோவிலுக்குப் போயிருந்தார். அவரிடம் பேசினாலாவது ஏதாவது வழி தெரியும். யோசித்தவளாய்க் கோயிலை நோக்கி நடந்தாள் ஹரணி. மாரியம்மா கோவிலில் கோலம் போட்டுக் கொண்டிருந்தார். ஹரணியைப் பார்த்ததும் "சித்ராவிற்கு எதாவது ஆயிடுச்சா?" என்று கேட்டார்.

"இல்லை அத்தை, சும்மா தான், நீங்கள் கோலம் போடுவதைப் பார்க்கலாம் என்று தான் வந்தேன்."

"ஆமா, நான் என்ன பெரிசாக் கோலம் போடுறேன்? என்னைப் பார்க்க வந்துட்டே" என்றவர், "உனக்குக் கோலம் போடத் தெரியுமா?" என்றார். இல்லை என்று தலையாட்டினாள் ஹரணி.

"அது சரி, கம்பெனி நடத்தக் கத்துக் கொடுத்த உங்க அம்மா கோலம் போடச் சொல்லித் தரலையாக்கும்? சித்ரா கிட்டே கோல நோட்டு இருக்கும். வாங்கிப் பார்த்துப் போட்டுப் பழகிக்கோ. பென்சிலில் போட்டுப் பழகினாத் தானா மாவில் போட வரும்." என்றவர் போட்டுக் கொண்டிருந்த கோலத்தில் தன் கவனத்தைச் செலுத்தினார்.

சிரத்தையாக இழையாக மாக்கோலம் போடும் மாமியாரை வைத்த கண் வாங்காமல் பார்த்தாள் ஹரணி.

"பட்டணத்துப் பொண்ணு, அதான் இப்படி அதிசயமாப் பார்க்கிறே" நிமிர்ந்து மருமகளைப் பார்த்துச் சிரித்தார்.

"நீங்க பிறந்தது வளர்ந்தது எல்லாம் இங்கேயா தானா அத்தை?"

"ஆமா, எங்க தாத்தா காலத்திலிருந்து இந்த வீடு தான். எங்க அப்பாவிற்கு நான் ஒரே பொண்ணு. என்னை ஊரு விட்டுக் கட்டிக் கொடுக்க எங்க அப்பாவிற்கு மனசில்லை. அப்பத்தான் இவர் சைக்கிள் கடை வைக்கிறேன்னு வந்து எங்கப்பாகிட்டே கடன் கேட்டார். என் பொண்ணைக் கட்டிக்கிட்டு வீட்டோட இரு, நானே உனக்குக் கடை வைச்சுத் தர்றேன்னு எங்கப்பா சொன்னார். இதோ நாற்பது வருஷம் ஆச்சு, பிறந்த ஊரை விட்டு இன்னும் அங்கே இங்கே போனதில்லை. எம்பிள்ளைதான் அமெரிக்கா வரைக்கும் போயிட்டு வந்துட்டானே, அது போதும்."

எத்தனை பழைய வீடு, வீட்டின் ஒவ்வோரு மூலையும் இவருக்கு என்ன கதை சொல்கிறதோ? மதுரா சொன்னது ஞாபகத்திற்கு வந்தது.

“வீடு அப்படியேயிருக்கே, மாத்தி எதுவும் செய்யணும்னு தோணலையா?”

"அதெல்லாம் பண்ணனுன்னு தோணலை! புது வீடு போகணும்னு பொண்ணுங்களுக்கு ஆசை. என்னவோ நான் கண்ணை மூடின பிறகு அதையெல்லாம் செய்யுங்க."

"நீங்க சரின்னு சொன்னா நா வேணா வீட்டைப் பெயிண்ட் மட்டுமாவது பண்ணட்டுமா?"

கோல மாவு டப்பாவைக் கீழே வைத்து விட்டு மருமகளை நேராகப் பார்த்தார், "பட்டணத்துப் பொண்ணு, பொழுது போகலையா?" என்றவர், "தம்பி சரின்னு சொன்னா எனக்கு ஒண்ணுமில்லை. அப்படிப் பெயிண்ட் பண்ண பிறகாவது மதுரா அவ புலம்பலை நிறுத்துறாளான்னு பார்ப்போம்" சொல்லிவிட்டுக் குனிந்து கோலம் போட ஆரம்பித்தார்.

மாமியாருடன் பேசிய கையோடு ஹரணி நேராகக் கணவனின் ஒர்க்ஷாப்பிற்கு வந்தாள். கௌதம் இயந்திரங்களோடு முனைப்பாகப் போராடிக் கொண்டிருந்தான்.

"என்ன ஹரணி, வீட்டில் ஏதாவது பிரச்சனையா?"

"எனக்கு மதுரை போகணுமே" என்றாள்.

"என்னம்மா இப்பத்தானே போயிட்டு வந்தே, இன்னும் என்ன?" மாமனார் பெரிய குரலெடுத்துக் கேட்டார். ஹரணி அவருக்குப் பதில் சொல்லும்முன் மனைவிக்குக்

கண்ணால் ஜாடை காட்டியபடி கடை வாசலுக்கு வந்தான் கௌதம்.

"என்ன ஹரணி? இன்டர்நெட் கனெக்ஷன் வாங்கணுமா? சீனு மதுரையிலிருந்து நேத்துத் தான் வந்தான், அவனை அனுப்புறேன்" பொறுமையாகச் சொன்னான்.

"ப்ச் இல்லை, அதெல்லாம் நான் அன்னைக்கே முடிச்சிட்டேன். வீட்டுக்குப் புதுசாப் பெயிண்ட் பண்ணலாமென்று யோசிக்கிறேன் அது தான்" பதில் சொன்ன மனைவியைக் குழப்பமாகப் பார்த்தான் கௌதம்.

அத்தியாயம் 36

ஹரணி சமையலறையில் சமைத்துக் கொண்டிருந்தாள். அவள் மனம் ஜெயந்திம்மா சொன்னது பற்றி யோசித்துக் கொண்டிருந்தது. ஜெயந்திம்மாவிடம் என்ன பதில் சொல்லப் போகிறாள். குழந்தைக்குக் கயிறு கட்டும் நாள் நெருங்க நெருங்க சித்ரா மௌனமானாள். பெயிண்ட் அடிக்கிறேன் என்று இவள் போய் ஒர்க்ஷாப்பில் நின்ற நாளிலிருந்து பார்வையில் ஒரு கேள்விக்குறியோடு அவளைத் தொடர்ந்தான் கௌதம். வீட்டில் ஒரு இறுக்கமான சூழ்நிலை நிலவி வந்தது. வீட்டை விற்றால் எல்லாப் பிரச்சனையும் தீர்ந்துவிடும். ஆனால் இரண்டு வயதானவர்களின் உள்ளம் என்ன பாடுபடும். அவர்கள் உலகமே இந்த வீடு தான். அதை அவர்களிடமிருந்து பிடுங்குவது நியாயமில்லை. வீட்டை விற்பதில் கௌதமிற்குப் பிரியமில்லை என்று அவளுக்கு முதலிலிருந்தே தெரிந்தது தானே? வீட்டை விற்காமல் வேறு ஏதாவது செய்ய முடியாதா? குழப்பமாய் இருந்தது ஹரணிக்கு. இது பற்றி கௌதமிடம் முதலிலேயே பேசாதது தவறு தான்.

"ஹரணி ஹரணி" என்றழைத்தபடியே உள்ளே வந்தான் கௌதம். ஹாலில் ஹரணியின் கம்ப்யூட்டர் கேட்பாரற்றுக் கிடந்தது. எவ்வளவோ ஆசையாய்ச் சென்னையிலிருந்து கம்ப்யூட்டரை எடுத்து வந்தாள். இன்னும் அதை எடுத்து மாட்டாமல் இப்படி மூலையில் போட்டு வைத்திருக்கிறாள். இந்த வீடு அவளுக்குப் பிடிக்கவில்லை. அதனால் தான் எதிலும் பிடிப்பில்லாமல் இருக்கிறாள். மாளிகை மாதிரி வீட்டில் வளர்ந்தவளுக்கு பிடிக்க வேண்டும் என்று எதிர்பார்ப்பதும் தவறு தானே! நல்ல வேளை வீட்டை பெயிண்ட் பண்ணுகிறேன் என்று அவள் வந்து நின்றபோதே அவள் உள்ளத்தில் இருப்பதைப் புரிந்து கொண்டான். மதுரையில் தனிக் குடித்தனம் போக ஏற்பாடு செய்திருக்கிறான். பெற்றோரைப் பிரிவது கஷ்டம் தான். ஆனால் மனைவியின் மகிழ்ச்சி தானே முக்கியம். அவளுக்கு ஒரு இனிமையான அதிர்ச்சியைக் கொடுக்கக் காத்திருக்கிறான்.

"ஹரணி" மீண்டும் குரல் கொடுத்தான்.

சமையலறையிலிருந்து வெளியே வந்தாள் ஹரணி. அவள் முகம் வாடியிருந்தது போல் இருந்தது. அவன் நினைத்தது சரிதான். இங்கே அவன் மனைவி மகிழ்ச்சியாக இல்லை. அவளை எல்லோரும் வேலைக்காரி போல் நடத்துகிறார்கள். அதை வெளியே சொல்ல முடியாமல் மனதுக்குள்ளே குமைகிறாள்.

"எனக்குக் கொஞ்சம் மதுரையில் வேலையிருக்கிறது. என்னுடன் வருகிறாயா?"

"இன்னும் சமையல் வேலை முடியவில்லையே!"

"பரவாயில்லை, சித்ரா பார்த்துக் கொள்வாள்; எனக்கு உன் உதவி தேவைப்படுகிறது. உடை மாற்றிக் கொண்டு வா." என்றான்.

யோசனையோடு மதுரைக்குக் கிளம்பினாள் ஹரணி. சித்ரா விஷயத்தை விளக்கமாகக் கணவனிடம் சொல்லிவிட வேண்டுமென்று முடிவெடுத்தாள். கௌதமின் பைக் டீலர்ஷிப்பிற்குச் செல்லாமால் வேறு எங்கோ செல்வதை ஹரணி உணரவில்லை. பைக் நேராகப் புதிதாகக் கட்டப்பட்டிருந்த ஒரு வீட்டின் முன்னால் நின்றது. ஆச்சரியமாகக் கணவனைப் பார்த்தாள் ஹரணி.

எங்கே வந்திருக்கிறோம்? சுற்றிப் பார்த்தாள் ஹரணி, புதிதாய் வீடுகள் பல வந்து கொண்டிருந்தன. உள்ளே வா என்றவன் கதவைத் திறந்து கொண்டு உள்ளே போனான். ஆச்சரியத்தோடு அவனைத் தொடர்ந்தாள் ஹரணி. வீட்டைச் சுற்றிப் பார்த்தார்கள்.

"பிடித்திருக்கிறதா ஹரணி?"

கண்கள் விரிய அவனைப் பார்த்தாள். "சின்னதா, ரொம்ப அழகாயிருக்குங்க. நானும் இதையே தான் நினைச்சிட்டு இருந்தேன்" என்றவள் சந்தோஷ மிகுதியில் அவன் கைகளைப் பிடித்து அழுத்தினாள். அடிபட்டது போல் மனதுக்குள் வலித்தது கௌதமிற்கு. அவன் நினைத்தது சரி தான். இவளுக்கு உசிலை வீடு பிடிக்கவில்லை; இனியாவது அவள் மகிழ்ச்சியாக இருந்தால் சரி.

"சித்ராவிற்கு இதை விடச் சரியான பரிசை நாம் கொடுக்க முடியாது."

"சித்ராவிற்கா? என்ன சொல்கிறாய்?" கண்களை இடுக்கினான்.

"சரி, சித்ராவிற்கு வேண்டாம். அந்தக் குட்டிப் பாப்பாவிற்கு அத்தை மாமா கொடுத்த பரிசா நாம இதைக் கொடுத்திடலாம்."

கௌதமிற்கு அழுவதா சிரிப்பதா என்றே தெரியவில்லை? நெஞ்சின் சுமையிறங்கியது போல இருந்தது. சிரிக்கும் கண்களால் மனைவியைப் பார்த்தபடி நின்றிருந்தான்.

அத்தியாயம் 37

"கணேசா, இன்றைக்கு நாள் நல்லாயிருக்கு, சீக்கிரம் கிளம்பினா அப்படியே எல்லோரும் போய்ப் புதுவீட்டைப் பார்த்திட்டுப் பால் காய்ச்சிட்டு வந்திடலாம். தபால் தந்தி நகரில் வீடுன்னா பெரிசாத்தான் இருக்கும்", வாயெல்லாம் பல்லாக மகனிடம் வந்து நின்றார் ஜெயந்தியம்மா.

குழந்தையைக் கொஞ்சிக் கொண்டிருந்த கணேசன் தாயை நிமிர்ந்து பார்த்தான். உசிலம்பட்டி வீடே விழாக்கோலமாக இருந்தது. குட்டிச் செல்லத்திற்கு இன்று தான் கயிறு கட்டிப் பெயர் சூட்டும் விழா. மதுராவும் அவர்கள் புகுந்த வீட்டு மனிதர்களும் வந்திருந்தனர். காந்திமதிக்கும் முறையான அழைப்பு போனது, அவரால் தான் வர முடியவில்லை. வந்திருந்த அனைவரும் சாப்பிட்டுக் கொண்டிருக்க, ஜெயந்தியம்மா திண்ணையில் அமர்ந்திருந்த மகனைத் தேடி வந்தார். பெயர் சூட்டி அரை மணி நேரம் தான் ஆகியிருக்கிறது. குழந்தை கையில் கிலுகிலுப்பையில் கட்டிய சாவியை ஹரணியும் கௌதமும் குழந்தைக்குப் பரிசாக கொடுத்த மறுவினாடியிலிருந்து ஜெயந்தியம்மாவிற்குத் தலைகால் புரியவில்லை.

"அம்மா, புது வீட்டுக்கு நானும் சித்ராவும் இன்னைக்கே போகத்தான் போறோம். ஆனால் நீ அங்கே வரலை."

"என்னடா உளர்றே நீ?" ஜெயந்திம்மா சத்தமாகக் கேட்டார்

ஆமாம்மா நானும் சித்ராவும் குழந்தையோட புது வீட்டுக்குப் போறோம். நீ அப்படியே உன் சாம்பாத்தியத்திலே வாங்கின வீட்டிற்குப் போ. நான் எம் பொண்ணு வாங்கிக் கொடுக்கிற கையாலாகதவன் காட்டத்துடன் குரல் உயர்த்தினார் கணேசன்

மதுராவுடன் பேசிக் கொண்டிருந்த கௌதம் கணேசனை நோக்கி வந்தான்

என்ன நடக்குது இங்கே?

"கத்தியின்றி ரத்தமின்றிக் காரியத்தை சாதிச்சிட்டீங்க கௌதம். எனக்கு எப்படி நன்றி சொல்றதுன்னே தெரியலை." மெதுவாகச் சொல்லியபடியே பக்கத்தில் வந்து நின்றான் கணேசன்.

"என்ன சொல்றீங்க கணேசன்?"

"எங்கம்மாவுடைய சின்னத்தனத்திற்கும் என்னுடைய கோழைத்தனத்திற்கும் முன்னால் நீங்க இவ்வளவு பெருந்தன்மையா நடந்துப்பீங்கன்னு நான் நினைக்கவே இல்லை."

எதுவும் புரியாமல் கணேசனைப் பார்த்தான் கௌதம்.

"வரதட்சணையா இந்த வீட்டில் பங்கு கேட்டு அம்மா சித்ராவைப் பண்ணாத கொடுமையில்லை. அம்மாவை எதிர்க்க எனக்கும் தைரியமில்லை. ஆனா, அன்னைக்கு ஹரணியிடம் வீட்டுப் பங்கு பத்திக் கறாராப் பேசிட்டதா சொன்னதும் ரொம்பக் கலக்கமாயிடுச்சு. என்ன ஆகுமோன்னு பயந்துகிட்டே இருந்தேன்." கணேசன் மெல்லிய குரலில் சொன்னான்.

"வீட்டில் பங்கா? இது என்ன புது பூதம்? சித்ரா என் கிட்டே சொன்னதேயில்லையே"

"சித்ராவிற்குத் தன் பிரச்சனைகளை உங்களிடம் சொல்வதில் கொஞ்சமும் விருப்பமில்லை. என்னைப் பற்றித் தவறாக நினைப்பீர்களென்று நானும் அவளை இது பற்றிச் சொல்லவிட்டதில்லை."

இவர்கள் பேச்சில் இருந்த காரம் வீட்டில் சிரித்துக் கொண்டே வேலை பார்த்துக் கொண்டிருந்தவர்களைச் சிலையாக்கியது.

"என்ன சித்ரா? அக்கா, என்ன நடக்கிறது? ஹரணி உனக்கும் விஷயம் தெரியுமா?", ஒவ்வொருவராகக் கேட்டான் கௌதம். இத்தனை நடந்திருக்கிறது, இவனுக்குத் தெரியவில்லையே! தன் தாய் தந்தைக்கும் கூட இந்தப் பிரச்சனையின் ஆழம் தெரியாது என்று அவர்களின் முகத்தைப் பார்த்தவுடனே தெரிந்தது.

மதுராவும் ஹரணியும் ஏதோ சொல்ல வர ஜெயந்தியம்மா முந்திக் கொண்டார்.

இந்த வீட்டோட பங்கை சித்ராவிற்குக் கொடுத்துவிடு என்று ஹரணியிடம் சொன்னேன். அவள் உன் மனம் கோணாமலும் என் மனம் கோணாமலும் உன் தங்கைக்கு புது வீடு கட்டிக் கொடுத்து விட்டாள். இந்த யோசனை உங்க மூன்று பேருக்குமே வராதது ஆச்சிரியம் தான்.

கௌதமின் மூளைக்குள் சுறுசுறு என்று கோபம் ஏறியது. 'சித்ரா தான் சொல்லவில்லை, ஹரணி சொல்லியிருக்கலாமே? சொல்லாதது மட்டுமல்ல, தனிக்குடித்தனம் தான் தனக்கு விருப்பம் போல நடித்து வீட்டை வாங்கிக் கொடுத்து! சே!' என்றிருந்தது கௌதமிற்கு.

ஆசை ஆசையாய் அவன் மணந்த மனைவி அவனைத் துச்சமாக நினைத்து விட்டாளே! ஒரு பிரச்சனையைக் கையாளுவதில் தன்மேல் மனைவிக்கு நம்பிக்கையில்லையே!

யோசிக்க யோசிக்கக் கோபம் கூடியது கௌதமிற்கு.

எவ்வளவு சாதுரியமாகக் காரியம் சாதித்திருக்கிறாள்! 'குட்டிப் பாப்பாவிற்கு மாமாவின் பரிசு' என்று சொல்லி வீடு வாங்கிய பிறகு கூட விவரம் சொல்லவில்லையே!

ஹரணி ஏன் சொல்லவில்லை? அவனை விட தான் சாமர்த்தியசாலி என்று காட்டிக் கொள்ளவா? தங்கையின் பிரச்சனையைத் தீர்க்கத் தெரியாத கையாலாகாதவன் என்று நினைத்துவிட்டாளா?

மனைவியை நேராகப் பார்த்தான். அவன் பார்வையில் நெருப்பு.

"நீங்க பால் காய்ச்சக் குடும்பத்தோடு வருவீங்க தானே கௌதம்" சந்தேகமாகக் கேட்டான் கணேசன்.

தன்னையே பார்த்துக் கொண்டிருந்தவர்கள் ஒவ்வொருவர் முகத்தையும் மெதுவாக ஆராய்ந்தான் கௌதம். அவன் முகம் ஜெயந்தியம்மா முகத்தில் விழுந்தது. எரிப்பது போல் அவரைப் பார்த்தவன் பார்வையைத் திருப்பி மனைவியைப் பார்த்தான்.

"போயும் போயும் இந்த பெண்மணியோடு கூட்டுச் சேர்ந்தா என்னை ஏமாற்றினாய்?" என்று கேட்டது அவன் பார்வை. இவனும் தான் இவளின் சாகசத்தில் ஏமாந்து போனானே.

கண்களை ஹரணியிடமிருந்து நகர்த்தாமலே, "நாங்க வரணுன்னா ஹரணி மேடத்திடம் பெர்மிஷன் வாங்கணுமே கணேசன்" கிண்டலாகச் சொல்வது போல பதில் சொன்னாலும் அவன் வார்த்தைகள் குத்தலாக இருந்தது ஹரணிக்கு.

அத்தியாயம் 38

மனைவி தன்னை முட்டாளாக்கி விட்டாள்! முள்ளின் முனை போல, கோபம் கௌதமின் மனதின் ஒரு முனையில் குத்திக் கொண்டேயிருந்தது. புது வீட்டில் பால் காய்ச்சுவதற்காக எல்லோரும் குழுமியிருந்தனர். ஜெயந்தியம்மாவைத் தன் சுடும் வார்த்தைகளால் கணேசன் தடுத்துவிட்டான். அம்மாவின் மடியில் சந்தியா தூங்க, மதுராவின் மாமனார் மாமியாருடன் பேசிக் கொண்டிருந்தார். கணேசன் பக்கத்திலிருந்த கடைக்குச் சென்றிருந்தார். மதுராவின் தலைமையில் சித்ராவும் ஹரணியும் சமையலறையில் பிசியாக இருந்தனர். பல காலம் பழகிய தோழிகள் போல மூவரும் பேசிச் சிரித்து வேலை பார்ப்பது கௌதமிற்கு சந்தோஷத்தைத் தர வேண்டும், ஆனால் அவனுக்கு அது எரிச்சலைத் தந்து கொண்டிருந்தது.

அவனுடைய தமக்கைகள் ஹரணியைக் கண்டிக்க வேண்டாமா? கணவனுக்குத் தெரியாமல் ஒரு வேலை செய்வது தவறு என்று கோபம் கொள்ள வேண்டாமா?

வீட்டைச் சுற்றிப் பார்த்துக் கொண்டிருந்த தந்தை அவன் பக்கத்தில் வந்து நின்று, "பின் பக்கம் சித்ரா சின்னதாய்த் தோட்டம் கூடப் போடலாம். ஹரணி நன்றாகப் பார்த்து வாங்கியிருக்கிறாள், யோசனையுள்ள பெண்," என்று சொல்ல கௌதமிற்கு எரிச்சல் அதிகமாகியது. ஆயிரம் வேலைக்கு நடுவில் மனைவிக்கென்று வீட்டைத் தேடிக் கண்டுபிடித்தவன் இவன், பாராட்டு மனைவிக்கா?

வெளியே சொல்ல முடியாத கோபத்துடன் அங்கிருந்து நகர்ந்தான். ஹரணி தன்னிடம் ஒரு வார்த்தை சொல்லாமல் திட்டமிட்டு செய்திருக்கிறாள். இவனிடம் விஷயத்தைச் சொல்வதற்கு எத்தனையோ வாய்ப்புக்களிருந்தும் சொல்லவில்லை, ஏன்? கோபத்தோடு யோசிக்க யோசிக்க கௌதம் தவறான முடிவிற்கு வந்தான். திருமணம் செய்து அழைத்து வந்த அன்று நடந்த

நிகழ்ச்சிகளுக்கு மறைமுகமாக இவனுக்கு ஹரணி பதிலடி கொடுக்கிறாள் என்று நிச்சயமாக நம்பினான். உசிலம்பட்டி வந்த நாள் கௌதம் தன் குடும்பத்தினரின் மனநிலை பற்றி ஹரணியிடம் சொல்லவில்லையே! ஒரு பெரிய கம்பெனியின் நிர்வாகிக்கு அன்று நடந்தவை எப்படிப்பட்ட அவமானம்! அதுவும் இவன் ஆஸ்பத்திரிக்குக் கிளம்பிச் சென்ற பின் என்னவெல்லாம் நடந்ததோ! அதுபற்றி இவனும் அக்கறை காட்டவில்லையே! அதனால் தான் கணவன் என்ற மரியாதையை ஹரணி அவனுக்குத் தரத் தயாராயில்லை. தன் கணவன் என்ற பிரியம் அவளுக்கு இருக்கிறதா என்றே சந்தேகம் தான். வினய் சொன்ன மாதிரிக் கம்பெனிக்காகத் தான் இவனை மணந்திருக்க வேண்டுமோ? மனதை அரிக்கும் கேள்விகளுக்குப் பதில் ஹரணிதான் தர வேண்டும். காத்திருக்கும் பொறுமை அவனிடம் இல்லை.

புது வீடு பால் காய்ச்ச வந்திருந்தவர் அனைவரையும் வழி அனுப்பிவிட்டு சித்ரா கணேசன் தம்பதிகளிடம் விடைபெற்று வீடு வந்து சேர இரவு எட்டு எட்டரை ஆயிற்று. மதுராவுடன் பேசிய படியே வீட்டிற்குள் நுழைந்த ஹரணியை அழைத்தான் கௌதம்,

"ஹரணி ஒரு நிமிடம்."

திரும்பி அவனைப் பார்த்தவள் அவனுடைய கல் முகத்தில் என்ன கண்டாளோ தெரியவில்லை வாசலை விட்டு இறங்கித் தெருவில் நின்று கொண்டிருந்த அவனிடம் வந்து நின்றாள்.

"என்ன கௌதம்?"

"ஏன் ஹரணி என்னை ஏமாற்றினாய்?"

"ஏமாற்றினேனா? என்ன சொல்கிறீர்கள்?"

"உனக்குத் தனிக் குடித்தனம் போக ஆசை போல் நடித்து, ஜெயந்தியம்மாவுடன் கூட்டுச் சேர்ந்து கொண்டு எத்தனை வேலை செய்திருக்கிறாய்?"

"யோசித்துத் தான் பேசுகிறீர்களா கௌதம்?"

"ஆமாம், நான் யோசித்துத் தான் பேசுகிறேன், இன்னும் உன் அழகில் மதி மயங்கிக் கொண்டிருப்பேன் என்றா நினைக்கிறாய்?" நாள் முழுதும் அடக்கி வைத்திருந்த கோபம் நாக்கில் விஷம் ஏற்றியது.

"நீங்கள் கோபத்தில் என்னைத் தவறாக நினைத்துக் கொண்டிருக்கிறீர்கள். நான் தவறு ஏதும் செய்யவில்லை. அதனால் உங்களுக்கு விளக்கம் சொல்லும் கட்டாயம் எனக்கில்லை. கோபம் தணிந்து யோசித்துப் பார்த்தால் உங்களுக்கே நான் சொல்வது புரியும்" என்று காரமாகச் சொன்ன ஹரணி வீட்டிற்குள் செல்லாமல் தெருவில் நடக்க ஆரம்பித்தாள். அவள் மனம் அமைதி பெற அவளுக்குத் தனிமை தேவைப்பட்டது. கால் போன போக்கில் வேகமாக நடந்தாள்.

செய்வதறியாமல் சிலையாய் நின்று கொண்டிருந்தான் கௌதம்.

அத்தியாயம் 39

எங்கே நடக்கிறோம் என்பது தெரியாமல் யோசனையுடன் நடந்து கொண்டிருந்தாள் ஹரணி. கௌதமின் கோபத்திற்குப் பயந்துதான் அவனிடம் வீட்டில் யாரும் எந்த விஷயத்தையும் சொல்ல விரும்புவதில்லை. விஷயம் தானாக அவனுக்குத் தெரியவரும் போது தன்னை யாரும் நம்பவில்லையே என்பதுதான் அவன் கோபம் என்று புரிந்தது. ஆனால் அவள் மேல் ஏன் கோபம்? இவள் ஏதும் அவன் நம்பிக்கைக்கு எதிராக செய்யவில்லையே? அவன் மனம் கஷ்டப்படுமேயென்று வீடு விற்கச் சொல்லி ஜெயந்தியம்மா வற்புறுத்தியபோது கூடக் கணவனிடம்

சொல்லத் தயங்கினாளே! எதையும் யோசிக்காமல் பேசிவிட்டானே என்று வருத்தமாக இருந்தது ஹரணிக்கு.

"என்ன தாயி இருட்டிலே? எங்கே தாயி தனியாப் போறே?" குரல் கேட்டு நின்றாள். நின்றபின் தான் கோவிலை நோக்கி நடந்து கொண்டிருந்தது புரிந்தது. யோசனையில் எங்கே போகிறோம் என்று கவனிக்கவேயில்லை.

கிழவியை ஹரணி இரண்டு முறை பார்த்திருக்கிறாள். இந்த ஊருக்கு வந்த அன்று முதல் முறை வீடு தேடி வந்தாள். இன்னொரு முறை கௌதமுடன் வாக்கிங் போகும் போது கோவிலில் பார்த்திருக்கிறாள்.

"யோசிக்காதே தாயி! வா, உள்ளே வா, நானும் உங்க அம்மா மாதிரிதான், வா தாயி" அன்பொழுக வீட்டினுள் கூப்பிட்டாள் அந்தக் கிழவி.

காந்திமதியம்மாவுடன் தன்னை ஒப்பிட்டுக் கொண்ட கிழவியைப் பார்த்ததும் சிரிப்புத்தான் வந்தது ஹரணிக்கு.

"என்ன பாட்டி, எப்படியிருக்கீங்க?" ஒரு மரியாதைக்குக் கேட்டாள் ஹரணி.

"எனக்கென்னம்மா, குத்துக் கல், நல்லாத்தேயிருக்கேன், நீ உள்ள வா" என்று ஹரணியை உள்ளே அழைத்தார்.

"ஏய் செல்வி, அக்கா வந்திருக்கு பாரு, பாயை எடுத்துப் போடு."

வீடு சின்னது தான், அனால் சுத்தமாக இருந்தது. வீட்டைச் சுற்றி வந்த ஹரணியின் கண்கள் சுவற்றில் அப்படியே நின்றுவிட்டன. அங்கே காந்திமதியும் வாசுவும் கல்யாணக் கோலத்தில் ஃபோட்டோவில் சிரித்துக் கொண்டிருந்தார்கள்.

"இது!" அதிர்ச்சியுடன் மெதுவாய்ச் சுவற்றைக் காட்டினாள் ஹரணி.

"என்ன பாக்கிற தாயி, உங்க அப்பா தான்! வாசு என் அண்ணன் மவந்தான்! உன்னை மாதிரி உங்க அப்பனுக்கும் காதல் கலியாணந்தேன். என்கிட்டேதான் வந்து 'ஆசையாய்க் கட்டிக்கிட்டென் அத்தை, நீ தான் அப்பாக்கிட்டே எப்படியாவது சொல்லணு'ன்னு வந்து நின்னான்." கிழவி வளவளவென்று பேசிக் கோண்டிருக்க ஒரு பெண் வந்து பாயை எடுத்துப் போட்டு ''உட்காருங்க அக்கா'' என்றாள்.

மனதில் எதுவும் பதியாமல் பக்கத்தில் நின்ற பெண்ணைப் பார்த்தாள் ஹரணி. பதினாறு வயது இருக்கும்.

"உட்காரு தாயி" என்ற பாட்டி, "ஏய் செல்வி, போய்ப் பெட்டிலேர்ந்து அந்த போட்டாவெல்லாம் எடுத்துட்டு வா" என்று அந்தச் சின்னப் பெண்ணை ஏவினாள்.

ஹரணியின் கால்கள் அதிர்ச்சியில் நடுங்கின. பாயில் உட்கார்ந்தாள். அந்தச் செல்வி இரண்டு பழைய ஆல்பங்களை நீட்டினாள். ஒரே பரவசமாகவும் இருந்தது! இல்லாமல் போன அப்பாவின் இன்னொரு பக்கம் தெரியப் போகிறதே. படபடக்க செல்வி கொண்டு வந்த தூசி படிந்த ஆல்பங்களைப் பார்க்க ஆரம்பித்தாள்.

குல தெய்வக் கோவிலில் மொட்டை, பழனியில் காவடி, தோப்புக் கிணற்றில் குளிப்பது, அத்தை, கல்யாணம் என்று அப்பாவின் இளமைக் காலம் கருப்பு வெள்ளையில் வினாடி நேரம் கண்ணில் வந்து போயிற்று. பக்கத்தில் உட்கார்ந்திருக்கும் கிழவியை நிமிர்ந்து பார்த்தாள் ஹரணி. அவள் கண்களில் நீர் தழும்பியிருந்தது, ஆனாலும் சிரித்தாள்.

"ஏன் ராசாத்தி, எதுக்கு அளுவுற, இருக்க வேண்டிய இடத்திற்கு வந்து சேந்திட்டேல்ல! இந்த வீட்டிலே எத்தனை

தடவ உங்க அப்பாவிற்கு என் கையால சோறு உருட்டிக் கொடுத்திருக்கேன் தெரியுமா?"

"அப்பாவோட அம்மா அப்பா?" மெதுவாகக் கேட்டாள் ஹரணி.

"உங்கம்மாவை வாசு கட்டிகிட்டது அவுக மனசுக்குக் கேட்கலை, ஒரு வருஷத்திற்குள்ளே நோய் வந்து ஒருத்தர் பின்னால் ஒருத்தர் போய்ச் சேர்ந்துட்டாங்க" என்ற பாட்டி, "பாரு ராசாத்தி, உனக்கு எது வேணுமின்னாலும் விசனப்படாம இந்தக் கிழவிகிட்டக் கேளு! இந்தப் பேத்திக்குப் பார்க்கிற மாதிரி உனக்கும் பார்த்திட்டுப் போறேன்." என்றபடி ஹரணியின் தலைமுடியைப் பாசமாகக் கோதிவிட்டாள் கிழவி.

செல்வியைப் பார்த்தாள் ஹரணி. அவளையே பார்த்துக் கோண்டிருந்த சின்னப் பெண் சிரித்தாள்.

"இவளுக்கு ஒரு வழி பண்ணிக் கொடு தாயி. என் மகவயித்துப் பேத்தி. தாயில்லாப் பொண்ணு புண்ணியமாப் போகும்."

"என்ன படிச்சிருக்கே?"

"எட்டாவது வரைக்கும் தான், அப்புறம்..." என்று இழுத்தபடியே தன் பாட்டியைப் பார்த்தாள்.

"அப்புறம் என்ன, கல் குவாரியில் பாறை வெடிச்சதில அப்பனைப் பறி கொடுத்துட்டா! வயசான காலத்திலே எனக்கு ஒத்தாசையாயிருக்கட்டுன்னு நான் தான் படிப்பை நிறுத்திட்டேன்." கிழவி பேத்திக்காகப் பதில் கொடுத்தாள்.

"என்ன, எதாவது நல்ல இடமா வந்துட்டா கட்டிக் கொடுத்திட்டா எம் பொறுப்பு முடிஞ்சிடும். நானும் நிம்மதியாக் கண்ணை மூடுவேன்"

அந்தப் பேச்சு பிடிக்கவில்லை என்பது செல்வியின் முகத்தைப் பார்த்தாலே தெரிந்தது. ஆறுதலாகச் சிரித்தாள் ஹரணி. யோசித்துப் பார்த்தாள். இந்தப் பெண் இவளுக்குத் தங்கை முறை. அம்மாவிடம் விவரம் கேட்க வேண்டும் இவர்களைப் பற்றி. ஏன் இவளுக்கு முதலிலிருந்தே தெரியவில்லை! அப்பா வழி, அம்மா வழி உறவினர்கள் பற்றி ஒரு விவரமும் தெரியாமல் வளர்ந்திருக்கிறார்கள்!

வாசலில் நிழலாடியது. உட்கார்ந்திருந்த மூவரும் நிமிர்ந்து பார்த்தனர், கௌதம் தான்.

"வாய்யா வா! கட்டினவளைத் தனியா இருட்டிலே அனுப்பிட்டு உனக்கென்ன அப்படி வேலைன்னு நானே வந்து கேட்கணுன்னு இருந்தேன்" பாட்டி உரிமையோடு கடிந்து கொண்டாள். சங்கடமாக அனைவரையும் பார்த்தான் கௌதம். சிரிப்பு வந்தது ஹரணிக்கு.

சிரித்தபடி எழுந்தாள் ஹரணி! அவள் கையில் ஆல்பங்கள்! "நான் இன்னுமொரு தடவை பார்த்திட்டுத் தரட்டுமா? என்றவள், நீ வீட்டுக்கு அப்புறமா வந்து வாங்கிக்கோ செல்வி" என்று கணவனுடன் கிளம்பினாள்.

<u>அத்தியாயம் 40</u>

கணவனும் மனைவியும் மௌனமாக நடந்தார்கள்.

ஹரணியின் மனம் முழுவதும் புதிதாய் கிடைத்த பழைய உறவினர்களுடன் ஆல்பத்தில் பார்த்த, அரைக்கால் சட்டையில் அப்பா, சின்னப் பையனாய் அவள் மனம்

முழுவதும் சிரித்துக் கொண்டிருந்தார். கௌதமின் கோபத்தை அவள் மறந்தே போனாள்.

தன் பக்கத்தில் நடக்கும் மனைவியின் பின் தலையை வெறித்துப் பார்த்தபடி நடந்து கொண்டிருந்தான் கௌதம். இன்னும் கோபமாக இருக்கிறாளோ மனைவி!.

'ஹுக்கும்' தொண்டையைச் செருமிக் கொண்டான் கௌதம்.

"செல்விக்குப் படிக்கணுன்னு ஆசை. அவளை எப்படியாவது மேல் படிப்புக்கு அனுப்பணும்", தான் யோசித்துக் கொண்டிருந்ததை அப்படியே கணவனிடம் சொன்னாள் ஹரணி.

இதை எதிர்பார்க்கவில்லை கௌதம். "என்ன பெண் இவள்! தவறு எதுவும் செய்யவில்லை என்று அடித்துச் சொல்லியதோடு சரி, ஒரு எதிர்வாதமும் இல்லை. சண்டையில்லை, கோபமில்லை, அவன் கோபத்திற்கு விளக்கமும் கேட்கவில்லை! கோபம் தீர்ந்ததா? சரி வா உன்னோடு வருகிறேன் என்று வருகிறாளே! இவளைப் புரிந்து கொள்ளவே முடியவில்லையே! இவளையும் ஜெயந்தியம்மாவையும் எப்படி கூட்டு என்று நினைத்தேன்?" குழம்பினான் கௌதம். இருந்தாலும் அவனுக்கு விளக்கம் தேவையாயிருந்தது.

"ஜெயந்திம்மாவிற்கும் உனக்கும் என்ன நடந்தது ஹரணி?". பெருமூச்சோடு கணவனைப் பார்த்தாள் ஹரணி. "சித்ரா தூக்குப் போட்டுக் கொள்வேன் என்று பயமுறுத்தியிருக்காவிட்டால் நான் அந்தம்மாவை சந்தித்திருக்கவே மாட்டேன். அவர்கள் வீடு விற்று விடு என்றெல்லாம் பேசியதைச் சொன்னால் உங்கள் மனம் வருத்தப்படும் என்றுதான் சொல்லவில்லை"

"வருத்தப்படுவேன் என்றா? கோபப்படுவேன் என்றா? எதனால் சொல்லவில்லை?" கேட்டான் கௌதம்.

இரண்டும் தான் என்ற ஹரணி அவன் முகத்தைப் பார்த்து புன்னகைத்தாள்.

"சரி! வீடு வாங்கிக் கொடுத்தவுடனாவது சொல்லியிருக்கலாமே! நம்ம இரண்டு பேருக்கும் நடுவில் இப்படி ஒரு 'மிஸ் அண்டர்ஸ்டாண்டிங்' வந்திருக்காதே!"

"சித்ரா விஷயம் முழுவதும் தெரிந்து, நீங்களே வீடு வாங்கிக் கொடுத்துவிட்டீர்கள்! பிறகு ஏன் பழைய விஷயம் என்று தான் அதைப் பற்றி பேசவேயில்லை"

யாரோ தலையில் குட்டியது போலிருந்தது கௌதமிற்கு. 'மிஸ்அண்டர்ஸ்டாண்டிங் உனக்குத் தான். எனக்கு இல்லை' என்று சொல்லாமல் சொன்னது அவள் பதில். சுருக்கென்று குற்ற உணர்ச்சி கௌதமைத் தைத்தது. இவன்தான் தனிக்குடித்தனம், அது இது என்று மனைவியைத் தப்பாக நினைத்தானோ! தனிக்குடித்தனம் பற்றி ஹரணி பேச்சே எடுக்கவில்லையே!

பேசாமல் நடந்தான். வீடு வந்துவிட்டது. படியேறி உள்ளே போகுமுன் கணவனைப் பார்த்தாள் ஹரணி, "நீங்கள் வீடு பெயிண்ட் செய்வது பற்றி ஒன்றுமே சொல்லவில்லையே!"

தலையைப் பிய்த்துக் கொண்டு ஓடிவிடலாம் போலிருந்தது கௌதமிற்கு. இவள் வீடு பெயிண்ட் அடிக்க வேண்டுமென்று கிளப்பி விட்ட பூதம், இப்போது தான் அடங்கியிருக்கிறது. இப்போது மறுபடியும் ஆரம்பிக்கிறாள்.

"அப்புறம் அது பற்றி பார்க்கலாம் ஹரணி, எனக்கு தலைக்கு மேல் வேலையிருக்கிறது". இருவரும் பேசியபடி படியேறினர்

"ஓ! மிஷின் பாகங்களை இன்னும் ஒன்றாக சேர்த்து முடியவில்லையா? என்ன மிஷின் கொஞ்சம் விவரமாய் சொல்லுங்களேன்" என்றபடி திண்ணையில் ஏறி வசதியாக உட்கார்ந்து கொண்டாள் ஹரணி.

உற்சாகமாக மனைவி பக்கத்தில் தானும் உட்கார்ந்து கௌதம் விவரிக்க ஆரம்பிக்க பேச்சுக் குரல் கேட்டு மற்ற மூவரும் வந்து பேச்சில் கலந்து கொண்டனர். பேச்சு மதுரா ஊருக்குத் திரும்புவது பற்றி வந்தது. சென்னையிலிருந்து ரயிலில் மதுரா செல்வது என்று முடிவானது.

"என்ன மதுரா! மெட்ராஸ் வரைக்குமாவது தம்பியை வரச் சொல்றேன்" என்றார் மாரியம்மா.

"வேண்டாம்மா! தம்பிக்கு வேலையிருக்குன்னு சொல்றான். நானே போயிக்குவேன்."

"கவலைப்படாதீங்க அத்தை. அம்மா அண்ணியை நல்லா பார்த்து அனுப்புவாங்க. நான் நாளைக்கே அம்மாவிற்கு ஃபோன் போடறேன்" நம்பிக்கையாக ஹரணி சொன்னாள்.

மற்றவர்கள் ஒருவரை ஒருவர் பார்த்துக் கொண்டனர். அவர்கள் பார்வையில் சந்தேகம். இதைக் கவனிக்காத ஹரணி உற்சாகமாகப் பேசிக் கொண்டே போனாள், "அண்ணி நீங்க போகும் போது செல்வியையும் கூட கூட்டிட்டுப் போக முடியுமான்னு பார்க்கணும். நான் அம்மாவிடம் சொல்லி அவள் மேல் படிப்புக்கு ஏற்பாடு பண்ணப் போறேன்".

மாரியம்மா ஏதோ சொல்ல வர கௌதமின் தந்தைக்கு தேவையில்லாமல் இருமல் வந்தது. மதுரா ரகசியமாக தாயின் கையை அழுத்தினாள். கௌதம் பார்வையால் தாயை எச்சரித்தான்.

அத்தியாயம் 41

"முடியாது ஹரணி என்னால் முடியாது! வேணுண்ணா உன் நாத்தனாருக்கு ஹோட்டலில் வினயை ரூம் போடச் சொல்றேன். டிரைவரையும் காரையும் அனுப்புறேன். அந்தம்மா தன் தேவைக்கு வண்டியை யூஸ் பண்ணிக்கட்டும். ஆனா நம்ம வீட்டில் வைச்சு உபசரிக்கணும்னு என்னை வற்புறுத்தாதே. என்னால் முடியாது". அம்மாவின் வார்த்தைகள் ஹரணியின் காதுக்குள் ரீங்கரித்துக் கொண்டேயிருந்தன.

அம்மா இப்படி பதில் சொல்வாள் என்று ஹரணி எதிர்பார்க்கவில்லை. அவளுக்கு ஒரே குழப்பமாகவும் வருத்தமாகவும் இருந்தது. மதுராவோ செல்வியோ சென்னை வந்து தன் வீட்டில் தங்குவதில் அவருக்கு விருப்பமில்லை என்று முகத்தில் அடித்த மாதிரி சொல்லுமளவுக்கு என்ன பிரச்சனை? அதைவிட இங்கு பார்த்த உறவினர்களைப் பற்றி என்ன விளக்கம் சொல்லப் போகிறார் இந்த அம்மா? யோசிக்க முடியாமல் துக்கம் மனதை அழுத்தியது. நல்ல வேளையாக அம்மா மறுத்துப் பேசியது ஹரணியிடம் ஃபோனில்தான். மதுராவிடமோ மற்றவர்களிடமோ நேரடியாகத் தன் மறுப்பை காந்திமதி சொல்லவில்லை. மனம் எவ்வளவு குழம்பியிருந்தாலும் ஹரணியின் கை தன் வேலைகளைச் செய்து கொண்டிருந்தது.

சித்ரா சென்ற பிறகு அவள் பயன்படுத்திய அறையில் கம்ப்யூட்டரைப் பொருத்திக் கொண்டிருந்தாள். இந்த வேலை செய்வதனால் மதுராவையும் மாரியம்மாவையும் தவிர்க்க முடிந்தது.

மதுரா அவள் பக்கத்தில் வந்து நின்றாள். அவள் முகத்தைப் பார்ப்பதற்கே வெட்கமாக இருந்தது ஹரணிக்கு. ஹரணியின் தோளைத் தொட்டாள் மதுரா. நிமிர்ந்து புன்னகைத்தாள் ஹரணி.

"நீ வந்த அன்று நான் பேசிய பேச்சுக்கு மன்னித்து விடு. தம்பிமேல் இருக்கும் கோபத்தை உன்மேல் காட்டிவிட்டேன்."

"அதனாலென்ன, பரவாயில்லை அண்ணி", புன்னகைக்க முயன்றாள் ஹரணி.

"அம்மா பற்றியும் சித்ரா பற்றியும் கவலை என் மனதை எப்போதும் அரித்துக் கொண்டேயிருக்கும். நீ வந்த பிறகுதான் எனக்கு அந்தக் கவலை விட்டது. நான் நிம்மதியாக ஊருக்குப் போவேன் " என்றவள் ஹரணியை ஆழநந்து பார்த்தாள். ஹரணியின் கண்களுக்குள் எதையோ தேடின அவள் கண்கள். கண்டுபிடிக்க முடியவில்லை போலும்.

"நான் இந்த முறை உங்கள் வீட்டுக்குப் போகாவிட்டால் பரவாயில்லையா ஹரணி? நேரமிருக்காது என்று நினைக்கிறேன்"

ஹரணி ஏதோ சொல்ல வாயெடுத்தாள்.

"அடுத்த முறை கண்டிப்பாய் வருகிறேன், சரிதானா?" என்றவள், "அப்புறம் ஹரணி இன்னும் ஒன்று. செல்வியை நீ சென்னைக்கு அழைத்துச் சென்றுவிட்டால் கிழவி தனியாக எப்படியிருப்பாள்? அதனால் செல்விக்கு இங்கேயே ஏதாவது செய்ய முடியுமா என்று பார்" என்று தொடர்ந்து பேசிக் கொண்டே போனாள்.

மதுராவை நேராகப் பார்த்தாள் ஹரணி. மதுரா பேசுவதைப் பார்த்தால் அம்மாவின் பதில் எப்படியிருக்கும் என்று முதலிலேயே ஊகித்து விட்டாளோ என்ற சந்தேகம் எழுந்தது அவளுக்கு. ஒருவேளை அம்மாவைப் பற்றி ஹரணிக்குத் தெரிந்ததை விட இவர்களுக்கு அதிகம் தெரிந்து இருக்குமோ? சின்ன சந்தேகம். "அண்ணி, அம்மா இப்படி ஒதுங்கிப் போவார்கள் என்று உங்களுக்கு முதலிலேயே

தெரியுமா?" சின்னக் குரலில் கேட்டாள். கேட்பதற்கே அவமானமாயிருந்தது ஹரணிக்கு.

ஆதரவாக அவள் தோளைத் தட்டிக் கொடுத்தாள் மதுரா. "உன்னை எடுத்தெறிந்து பேசிய என்னை அவர்கள் மனதார வரவேற்பார்கள் என்று நான் எதிர்பார்க்க முடியாது இல்லையா?"

"ஐயோ அண்ணீ, நான் அம்மாவிடம் ஒரு விஷயமும் சொல்லவில்லையே! பின் ஏன் இப்படி அதுதான் புரியவில்லை", பேசப்பேச ஹரணிக்குக் குரல் பிசிரடித்தது.

"உங்க அம்மாவைப் பற்றித் தெரிந்ததுதானே! உங்க அப்பாவைக் கல்யாணம் கட்டிக்கிட்டதாலே அவர் அவளுக்கு மட்டும் சொந்தம்னு நினைச்சிட்டா! மற்ற சொந்தங்களோடு வாசு பிரியம் காட்டினால் எங்கே தன் மேல் அன்பு குறைஞ்சிடுமோன்னு காந்திமதி பயந்திட்டா. என்ன கட்டாயப்படுத்தினாளோ என்னவோ, அவங்க அம்மா அப்பா சாவிற்குக் கூட வாசு வரலை!" சொல்லிக் கொண்டே அறை வாசலுக்கு வந்தார் மாரியம்மா.

அதிர்ந்து நின்றாள் ஹரணி.

தாயை முறைத்தாள் மதுரா. "இப்போது இதை சொல்லவில்லையென்றால் என்ன?" ஹரணிக்குக் கண்ணீர் வந்தது.

"நான் ஊருக்குப் போவதற்கு முன் இந்தக் கம்ப்யூட்டரை மாட்டிவிடு ஹரணி. நானும் மாதுவிடம் பெருமை அடித்துக் கொள்வேன்" என்று வேகமாக பேச்சை மாற்றினாள் மதுரா.

"நீ என்ன சொல்றது? நான் தான் முதலில் உட்கார்ந்து என் பேரன் மாதுவிற்குக் கம்ப்யூட்டரில் கடுதாசி அனுப்பப் போகிறேன்" என்றார் மாரியம்மா.

"அம்மா நீ மட்டும் அப்படிப் பண்ணிடு, நான் இந்த வீட்டைக் குறை சொல்றதையே விட்டுடுவேன்", தாய் ஒரு விளையாட்டுக்குப் பேசிய பேச்சைக் கிண்டலடித்துச் சிரித்தாள் மதுரா. ஹரணியை கொஞ்சமாவது சிரிக்க வைக்க வேண்டுமே!

"நிஜமாகவா அத்தை? நான் உங்களுக்கு சொல்லித் தருகிறேன்", ஆவலாய்ச் சொன்னாள் ஹரணி.

"ஓ கத்துக்கிட்டா போச்சு, வா" நின்ற மருமகளை உற்சாகப்படுத்தினார் மாமியார்.

"போச்சு போ நம்ம வீட்டில் மாமியார் மெச்சிய மருமகள்னு போய் மருமகள் மெச்சிய மாமியார்" என்று மதுரா சொல்ல மூவரும் மெல்லியதாகச் சிரித்தனர்.

இந்தச் சிரிப்பு சீக்கிரம் வாடப் போகிறது என்று அவர்களுக்குத் தெரியவில்லை.

அத்தியாயம் 42

"என்னம்மா சொல்றீங்க நீங்க? சொல்றது புரியலை" குழப்பமாகத் தாயைக் கேட்டான் வினய்.

"நான் உசிலம்பட்டிக்கு வரலைன்னு சொன்னா உனக்குப் புரியலையா?"

"ஆனா ஏன்?"

மகனின் கேள்விக்கு பதில் சொல்லப் பிடிக்காதவர் போல முகத்தைத் திருப்பிக் கொண்டார் காந்திமதி.

"அக்கா வீட்டு மனிதர்களை இங்கு வர வேண்டாம் என்று சொன்னதால் மனம் கஷ்டமாயிருக்கிறதா? அதனால் அக்காவிற்கு எவ்வளவு வருத்தமாயிருக்கும்னு யோசிச்சுப் பாருங்கம்மா" இல்லாத பொறுமையை இழுத்து வைத்துத் தாயிடம் பேசினான் வினய்.

மதுராவும் செல்வியும் சென்னை வருவது குறித்து ஹரணி ஃபோனில் சொன்னபோது அப்படிப் பழக்கமில்லாதவர்களிடமெல்லாம் தனக்கு உறவு கொண்டாடத் தெரியாது என்று காந்திமதி ஒரேயடியாய் மறுத்துவிட்டது வினய்க்குத் தெரிய வந்த போது மனதிற்குக் கஷ்டமாய் இருந்தது. அன்றே காந்திமதியிடம் வந்து கோபப்பட்டான். மகளுக்கு அது வருத்தம் என்று காந்திமதிக்கும் தெரியும். ஆனால் அது பற்றி இவர் செய்வதற்கொன்றுமில்லை. கணவர் வாசுவே காந்திமதியின் இந்தப் பிடிவாதத்தை காலப்போக்கில் ஏற்றுக் கொள்ளவில்லையா?

"நீங்கள் வராவிட்டால் அங்கு அக்காவைத் தவறாக நினைத்து விடுவார்கள் அம்மா" பொறுமையாகத் தாயிடம் சொன்னான் வினய்.

"அதெல்லாம் ஒண்ணுமில்லை. நான் திருமணத்திற்கு முன்னாலேயே கௌதமிடம் இது பற்றிப் பேசியாகிவிட்டது. நீ அது பற்றிக் கவலைப்பட வேண்டியதில்லை" வெறுப்பூட்டும் குரலில் சொல்லி விட்டு இனி பேசுவதற்கு ஒன்றுமில்லை என்பது போல காந்திமதி அங்கிருந்து நகர்ந்தார்.

தாயின் முதுகையே கூர்மையாகப் பார்த்தான் வினய். இதே கௌதம்தான் இரண்டு நாட்களாக ஹரணி மனம் கலக்கமுற்று இருப்பதாக வினயிடம் சொல்லி உசிலம்பட்டிக்கு வந்து அக்காவைப் பார் என்றான், என்று தாயிடம் சொன்னால் என்ன செய்வாள்? மும்பையிலிருந்து

வந்ததிலிருந்து தாயை ஒரு புதிய பரிணாமத்தில் கண்டான் வினய். தாய்தான் மாறிவிட்டாரா, இல்லை அவரைச் சரியாகப் புரிந்து கொள்ளும் தெளிவுதான் தனக்கு வந்துவிட்டதா?

"அம்மா"

நடந்து கொண்டிருந்த காந்திமதி திரும்பினார்.

"என்ன வினய்?' அவர் குரலில் எரிச்சல்.

நான் அயர்லாந்து செல்ல வேண்டியிருக்கும் என்று நினைக்கிறேன். அதற்கான ஏற்பாடுகள் செய்ய வேண்டியிருக்கிறது. அதை முடித்துக் கொண்டு இரண்டொரு நாளில் அக்காவைப் பார்க்க உசிலை செல்வேன்" சொல்லிவிட்டுத் தாயைப் பார்த்தான் வினய். இந்த இரண்டு நாளில் நீங்கள் மனம் மாறினால் நன்றாயிருக்கும் என்றது அவன் பார்வை.

ஆனால் காந்திமதி அவனை வெற்றுப் பார்வை பார்த்தார். பெரியதாய் வந்த பெருமூச்சை இழுத்துப் பிடித்தான் வினய். தாய் இப்படிச் சின்னப்பிள்ளை போல் பிடிவாதம் பிடிப்பது அவனுக்குப் பிடிக்கவில்லை.

"உசிலையிலிருந்து வந்ததும் நான் உடனே கிளம்ப வேண்டியிருக்கும்" என்றும் சொன்னான்.

ஒரு வினாடி தாயார் அதிர்ந்தாள். "இந்த மும்பை டிரிப் மாதிரி தானே? சீக்கிரம் திரும்பி விடுவாய் தானே?"

"இல்லையம்மா. இப்போதைக்கு ஆறு மாத காலம். அது நீடிக்கவும் வாய்ப்பு இருக்கிறது. ஆனால் நான் அக்காவிடம் பேசிவிட்டுத்தான் முடிவெடுக்க வேண்டும்" என்று சொல்லிவிட்டுத் தன் அறைக்கு வேகமாகச் சென்றுவிட்டான். மலைத்து நின்ற தாயை அவன் ஒரு பொருட்டாகவே மதிக்கவில்லை. தாங்கிக் தாங்கிப் பார்த்துக்

கொண்ட அக்காவின் மீதே அம்மாவிற்கு அக்கறையில்லையே என்ற கோபம் அவன் படியேறும் வேகத்தில் இருந்தது.

மாடியேறிய மகனைப் பார்த்துக் கொண்டே நின்றிருந்தார் காந்திமதி. தன் கணவனைத் தவிர தன்னை யாரும் புரிந்து கொள்ளவில்லை என்று வருந்தினார். காந்திமதியின் மகிழ்ச்சி மட்டுமே அவரது குறிக்கோளாக இருந்தது. அவருடைய மகிழ்ச்சிக்காக நிறைய விட்டுக் கொடுத்தார் வாசு. ஆனால் குழந்தைகள் அவரைப் புரிந்து கொள்ளவில்லை. கணவனின் துணையில்லாமல் இன்னும் எவ்வளவு காலமோ? துக்கம் மனதை அழுத்த சோகத்தோடு தன் அறைக்குச் சென்றார் அவர்.

அறைக்குள் சென்ற வினய் கொதித்துப் போயிருந்தான். என்ன ஏது என்று விசாரிக்காமல் அக்காவைத் திருமணம் செய்து கொடுத்ததே வினய்க்குத் தாயின் மேல் கோபம். நல்லவேளை கௌதம் அவன் நினைத்தது போல இல்லை. வினய் மேல் மிகுந்த அக்கறை அவனுக்கு. அக்கா மேல் எவ்வளவு பிரியமிருந்தால் வினயிடமும் இந்த அக்கறை வரும்! அடிக்கடி செல்லில் தொடர்பு கொண்டு பாசமாய் விசாரிப்பான். அந்தப் பழக்கம் கொடுத்த தைரியம் தான் மும்பையில் இருந்து வந்தவுடன் ஹரணி கம்ப்யூட்டரின் நிர்வாகத்தில் தன்னம்பிக்கையுடன் செயல்பட முடிந்தது. இப்போது சர்வ தேச அளவில் சென்று வர ஐடியா கொடுத்ததும் கௌதம் தான். ஒரு நண்பன் போல பழகும் அவனின் வேண்டுகோளை நிறைவேற்ற முடியாத இயலாமை, தாயின் மேல் இன்னும் கோபத்தைத் தூண்டியது.

அம்மாவிற்கு ஒன்றும் தெரியவில்லையே! தன்னைப் பற்றி மட்டுமே நினைக்கிறார்களே! அம்மா உசிலை வரவில்லையென்றால் அக்கா வருத்தப்படுவாளென்பது ஒரு பக்கம் இருக்கட்டும். தன் கடமையை செய்யத் தவறுகிறோம் என்பது கூட அவருக்குத் தெரியவில்லையே. கோபத்தில் படுக்கையிலிருந்த தலையணையைத் தூக்கி எறிந்தான் வினய்.

அம்மா வராவிட்டாலும் பரவாயில்லை இவனாவது விரைவாக அக்காவைப் பார்க்கப் போக வேண்டும்.

அத்தியாயம் 43

ஓர்க்ஷாப்பில் தன்னுடைய மிஷினையே பார்த்துக் கொண்டிருந்தான். மண்ணுக்குள் தலைவிட்ட நெருப்புக் கோழிபோல் ஒரே சிந்தனையாய் வேலையை முடித்தாயிற்று. மதுரா அக்காவைக்கூட சென்னை சென்று ரயில் ஏற்றிவிடவில்லை. இரவு பகல் பார்க்காமல் வேலை செய்ததன் பலன் அவன் கண் முன்னால் முழுதாய் நிற்கிறது. ஒரு டயரை எடுத்து மிஷினுக்குள் விட்டான். கட கட சத்தத்துடன் மிஷின் ஒரு சில நிமிடங்களில் ரப்பரைத் தூள் தூளாகத் துப்பியது. கௌதமிற்கு பெருமையாக இருந்தது. அவன் நினைத்தபடி எல்லாம் நடந்து விட்டால் சென்னையில் திருவள்ளூர் பக்கம் இடம் எடுத்து ஒரு ரப்பர் ரீசைக்கிளிங் ஆரம்பித்து விட வேண்டும். நல்ல வருமானம். அதுவும் எப்படிப்பட்ட ஒரு வெள்ளத்தைத் தமிழகம் அண்மையில் சந்தித்தது.தனக்குள்ளே கற்பனைக் கோட்டையைக் கட்டிய படி வீட்டுக்கு விரைந்தான் கௌதம். ஹரணியிடம் பேச வேண்டும், வினயிடமிருந்து ஏதாவது செய்தி வந்ததா என்று கேட்க வேண்டும்.

இவனுக்கிருந்த வேலையில் ஹரணியை சரியாகவே கவனிக்க முடியவில்லை. அதனால் தான் கௌதம் வினய்க்கு ஃபோன் செய்து வரச் சொல்லியிருந்தான்.

"அண்ணே", சீனு வந்து நின்றான்.

"என்னடா?"

"நான் துபாய் போலாண்ணு இருக்கேண்ணே. நீதான் அம்மாகிட்டே பேசணும்"

"என்னடா சீனு யோசனையில்லாம பேசற, நீ இல்லைனா அவங்களை யார் பார்த்துக்குவா?"

"என்னண்ணே நீயே இப்படி சொல்ற? நீயே என்னை புரிஞ்சிக்கலைனா எப்படி? போண்ணே" வெறுப்புடன் சொல்லிவிட்டு வேகமாகக் கடையை விட்டு வெளியேறினான். மெதுவாகப் பேசி சீனுவிற்கு புரியவைக்க வேண்டுமென்று யோசித்தபடியே வீட்டை நோக்கி நடந்தான்.

வீட்டை அடைய, உள்ளே தூணில் சாய்ந்த படி தாயம்மா விசும்பிக் கொண்டிருக்க ஹரணியும் மாரியம்மாவும் அவர் பக்கத்தில் உட்கார்ந்திருந்தனர். "பட்டணத்துப் பொண்ணு நீயே இந்த ஊரில் வந்து நல்லாத் தானேம்மா இருக்கே அந்த சீனுப் பயலுக்கு நீயாவது புத்தி சொல்லேம்மா" தாயம்மா விசும்பிய படியே ஹரணியிடம் சொன்னாள்.

"என்னன்னு விவரம் சொல்லு" மாரியம்மா விளக்கம் கேட்டார்.

"சீனு துபாய்க்குப் போவேன்னு ஒத்தக்கால்லே நிக்கிறான். அப்பங்காரன் கால் ஒடிஞ்சு கிடக்கானே பக்கத்திலேயிருந்து தாய் தகப்பனை பாத்துக்கவேணாம். ஐயா வெளிநாடு போய் சம்பாதிக்கப் போறானாம். தனக்கு ஒரு நல்ல வாழ்க்கை அமைச்சுக்கப் போறானாம். கேடு கெட்ட பய", திட்டுவதும் அழுவதுமாக புலம்பினார் தாயம்மா.

"யம்மா அரணி புண்ணீயமாப் போவுந்தாயி.. இங்க கம்பெனிலே எம்பிள்ளைக்கு ஒரு வேலே போட்டுக்கொடு. அவனும் மவராசனா செய்வான். என் பிள்ளையையும் அப்பப்ப நானும் பார்த்துக்குவேன்"

ஹரணிக்கு சிரிப்புத் தான் வந்தது. கம்பெனி வைத்திருப்பதாலேயே இவள் எல்லோருக்கும் வேலை கொடுக்க முடியுமா? "என்னக்கா சொல்றீங்க? துபாய்

போறேன்னு சொல்றவன் மெட்ராசில் உட்காருவானா?" தாயம்மாவைக் கேட்டாள்.

"நான் என்னத்தை யோசிச்சேன்? புருஷன் சம்பாதிக்க வழியில்லாம கிடக்காரு. பிள்ளையும் கடல் தாண்டிப் போறேன்னு குதிக்கிறான்"

"சீனுவிற்கு துபாயில் வேலை கிடைச்சிருச்சா?"

"ஆமாமாம். ஏதோ ஆஸ்பத்திரிக்கு வேன் ஓட்டுற டிரைவர் வேலையாம். மூணு வருஷம் காண்ட்ராக்டில் போறேன்னு குதிக்கிறான். இவன் போயிட்டா நாங்க என்ன பண்றது? டாக்ஸியை யார் ஓட்டுறது?"

"ஏன் நீங்க டாக்ஸி ஓட்ட முடியாதா?" ஹரணி மெதுவாகக் கேட்டாள்.

"நானா? எப்படி?" தாயம்மா கேட்க மாரியம்மா அவளை அதிர்ச்சியோடு பார்த்தார்.

"மதுரைக்குப் போய் டிரைவிங் கத்துகிட்டு லைசன்ஸ் வாங்குங்க. அப்புறம் நீங்க சீனுவை எதிர்பார்க்க வேண்டியதில்லை" ஹரணியை சந்தேகமாக பார்த்தார் தாயம்மா.

"அங்கே மெட்ராசிலெல்லாம் நிறைய பொம்பளைங்க வண்டி ஓட்டுறாங்கக்கா. ஆமா நீ வண்டி ஓட்டினா நம்ம ஊர் பொம்பளைங்களுக்கும் வசதியாயிருக்கும். நானே இவர் துணையில்லாமல் சித்ராவைக் கூட போய் பார்த்துவிட்டு வரலாம்." தாயம்மாவை ஆறுதல் படுத்தும் வகையில் மாரியம்மா சொன்னார்.

"அப்ப டீக்கடையை யார் நடத்துறது?"

தாயம்மா சிறிய டீக்கடை ஒன்றையும் பஸ் ஸ்டாண்ட் அருகில் நடத்திக் கொண்டிருந்தார் என்பது ஹரணிக்குத் தெரிந்ததே. "என்னக்கா நம்ம வேலு அண்ணனையே உட்கார சொல்லுங்க. அவரும் வீட்டுக்குள்ளே கிடக்காரில்லை". ஹரணி யோசனை சொன்னாள்.

"யோசி.. தாயம்மா சீனுவை நீ ஊருக்கு அனுப்ப மாட்டேன்னு பிடிவாதம் பிடிச்சா அவன் மனசு விட்டுப் போயிடுவான். இங்கேயிருந்தாலும் வெறுப்பாதான் சுத்திக்கிட்டிருப்பான்." மாரியம்மா தாயம்மாவிற்கு புரியும்படியாக சொன்னார்.

"நல்லா சம்பாதித்து ஒரு டிராவல் ஏஜன்சி எடுத்து நடத்தணும்னு ரொம்ப நாளா சீனுவிற்கு ஆசை. அவங்க அப்பாவிற்கு வீல்சேர் வாங்கணும்னு சொல்லிக்கிட்டிருக்கிறான். அதான் வெளிநாடு போய் சம்பாதிச்சாத்தானே முடியுமாம்" தாயம்மா தனக்குள்ளே யோசனையாக முணுமுணுத்துக் கொண்டார்.

"மூணு வருஷம் போவட்டும். பிடிக்கலைன்னா திரும்பி வரத்தான போறான். அப்ப நல்ல பொண்ணா பாத்து கட்டிக் கொடுத்துடு" மாரியம்மா சொன்னார்.

தாயம்மா மாரியம்மாவுடன் தன் கவலைகளையும் சந்தேகத்தையும் பேசிப்பேசி தீர்த்துக் கொண்டிருக்க ஹரணி யோசித்தாள். தன்னுடைய படிப்பும் உலக அறிவும் இப்படியும் சராசரி மனிதர்களுக்கு பயன்படக்கூடும் என்று அவள் நினைத்துப் பார்த்ததில்லையே! தன் ஊர் மக்களுக்கு நல்ல எடுத்துக்காட்டாக இருப்பதுதான் கௌதமின் கனவோ? அதனால் தான் இந்த ஊரிலேயே இருக்க வேண்டுமென்று முடிவு செய்துவிட்டான் போல! கணவனை நினைக்கையிலேயே பெருமையாக இருந்தது. அவனுக்கு எல்லா வகையிலும் ஒத்துழைப்பு கொடுக்க வேண்டும் என்று மனதில் நினைத்துக் கொண்டாள். இந்த ஊர் மக்களுக்கு எந்த

விதத்தில் உதவுவதற்கும் தான் தயாராக இருக்க வேண்டும் என மனதுக்குள் உறுதி எடுத்துக் கொண்டாள் ஹரணி.

"நம்ம கோவில் காளியம்மன் மாதிரி நல்ல வார்த்தை சொன்னே. நீ சொல்றபடி செய்ய முடியுமான்னு பார்க்கணும். சீனுவும் நல்லா சம்பாதிச்சா அவனுக்கும் நல்லது தானே" என்ற தாயம்மா ஹரணியிடம் நெகிழ்ந்து கொண்டிருந்தார். வாசலில் நின்று இவர்கள் பேச்சைக் கேட்டுக் கொண்டிருந்த கௌதமிற்கோ கோபம் வந்தது. புயலாய் வீட்டுக்குள் நுழைந்தான்.

அத்தியாயம் 44

அடுத்தவர்கள் வாழ்க்கையில் தலையிடுவது தவறு என்பது ஹரணிக்கும் புரியவில்லையே! என்ன படித்து என்ன? வீட்டில் பெண்கள் பேசுவதை கேட்கக் கேட்க கௌதமிற்குக் கோபம் பொத்துக்கொண்டு வந்தது. ஆனால் தாயம்மா ஹரணியை போற்றிப் புகழந்து பேசப்பேச அவனுக்கு ஹரணி மேல் எரிச்சலும் வந்தது. கொஞ்சமாக ஹரணி மேல் பொறாமை கூட வந்தது. தாயம்மாவிற்கோ வேலுச்சாமிக்கோ இவனுடைய யோசனையோ உதவியோ தேவையிருக்கவில்லை. ஹரணியின் ஒரு வார்த்தையை மந்திரமாக பிடித்துக் கொண்டு தங்கள் வாழ்க்கையையே மாற்றிவிடத் தயாராய் இருக்கிறார்களே! எப்போதும் தன்னைக் கேட்டு செய்யும் சீனுவிற்கு கௌதம் தேவையில்லாமல் போய்விட்டது. இவன் சொன்னான் என்று ஹரணி சும்மா இருக்கிறாள் என்று நினைத்தானே? வீட்டை சரி செய்ய முடியவில்லை. இப்போது ஊரை சரி செய்யக் கிளம்பிவிட்டாளா மகாராணி. உசிலை மாநகரத்தை சென்னை மாநகரமாக்க முயற்சி நடந்து கொண்டிருக்கிறதாக்கும்.

தன்னை யாரென்று நினைத்துக் கொண்டிருக்கிறாள் இவள்? பெரிய மகாராணி. தன் செங்கோல் ஆட்சியில் அனைவரையும் தன் இஷ்டத்திற்கு ஆட்டி வைக்கலாம் என்று நினைக்கிறாளா? சீனு இல்லாமல் அவன் பெற்றோர் வாடிவிட மாட்டார்களா? இவனுடைய பெற்றோருக்காகத் தானே கௌதமே அமெரிக்காவை விட்டுவிட்டு வந்தான். உசிலம்பட்டியும் சென்னையும் ஒன்றா?

"ஹரணீ", உறுமியபடியே உள்ளே நுழைந்தான். அவனை எதிர்பார்க்காத பெண்கள் ஒரு நிமிடம் அதிர்ந்து எழுந்தார்கள். முதலில் சமாளித்தது ஹரணிதான்.

"என்ன கௌதம், என்ன ஆச்சு? *Are you ok?*"

"உன்னைக் கல்யாணம் பண்ணிக்கிட்டதிலேர்ந்து எதுவுமே சரியா நடக்கலை. அது தான் பிரச்சனை" கத்தினான் கௌதம். ஹரணியின் முகம் சுருங்கிப் போனது.

"என்ன தம்பி, என்ன பேசற? நீதானே ஆசைப்பட்டு கலியாணம் பண்ணிட்டு வந்தே? அமைதியா யோசிச்சுப் பேசு", மாரியம்மா மகனை அடக்க முயன்றார். பதறி நின்றார் தாயம்மா.

"நான் தப்பு பண்ணிட்டேம்மா. இவ இங்கே வந்த நாளிலிருந்து பிரச்சனை தானே. மதுராக்கா ரோட்டில் கத்தி அழுதுகிட்டு போனாங்க! வேலு மாமாவிற்கு ஆக்ஸிடண்ட். சித்ரா வீட்டில் பிரச்சனை. எல்லாம் இவ வந்ததிற்கு அப்புறம்தான்"

ஹரணியின் கால்கள் துவண்டன. என்னென்ன பேசுகிறான் இவன். நடந்த எதற்கும் இவள் பொறுப்பில்லையே? சித்ராவிற்குக் கூட உதவி தானே செய்தாள்? எல்லாம் இவனுக்காகத்தானே? தூணைக் கெட்டியாகப் பிடித்துக் கொண்டாள்.

"என்னடா உளர்றே" மாரியம்மா கோபமாய் கத்தினார்.

"கௌதம் தம்பி, நிதானமாமா பேசுப்பா. பாப்பாவிற்குக் கனிஞ்ச மனசு, தாங்காது" ஹரணிக்கு ஆதரவாய்ப் பேசினார் தாயம்மா.

"அக்கா உங்களுக்கு இவளைத் தெரியலை. நல்லா சிரிச்சு சிரிச்சு மாய்மாலம் பண்றா. அவ சிரிச்சாலே நம்ம மூளை மங்கி இவ சொல்றதுக்கெல்லாம் தலையாட்டுவோம்னு நினைச்சிட்டு இருக்கா" என்றவன், "ஏய்" என்று ஹரணியை அழைத்தான். "உங்கப்பா மாதிரி பெண்டாட்டி என்ன செய்தாலும் ஒண்ணும் பண்ண மாட்டேன் என்று நினைத்தாயா?"

"என்ன சொல்றீங்க நீங்க?"

"நீ ஊருக்கே அட்வைஸ் பண்ணுகிறாயா? முதலில் உன் அம்மாவிற்கு அட்வைஸ் பண்ணு. வாசன் சார் உறவுகளையும் ஊரையும் உதறிட்டுப் போகக் காரணமே உங்கம்மாதான். விருந்தாளியை வீட்டுக்கு வர வேண்டான்னும் சொன்னவங்கதானே உங்கம்மா? அவங்க மக நீ எப்படியிருப்பே? ஊர் பிடிக்கலைன்னா ஊரையே உன் இஷ்டத்திற்கு மாத்தலான்னு பார்க்கிறியா?"

"ஐயா கௌதம், நாந்தாய்யா அவளைக் கேட்டேன்" தாயம்மா பயத்தோடு பேசினார்.

"நீங்களும் அவ பேச்சைக் கேட்கிறீங்களேக்கா" என்று தலையில் அடித்துக் கொண்டான் கௌதம். "கொஞ்சமாவது யோசிச்சுப் பார்த்தியா. சீனு வெளிநாடு போயிட்டா வயதானவங்க தவிச்சிட மாட்டாங்க? அவன் பிரிவை எப்படித் தாங்குவாங்க?" கோபமாகப் பொரிந்து தள்ளினான் கௌதம்.

"புத்தி கெட்ட காந்திமதியம்மா கஷ்டப்பட்டா பரவாயில்லையா அத்தான்? அதுக்குத்தான் என்னை அயர்லாந்து போன்னு சொன்னீங்களா அத்தான்?" வாசலில் இருந்து வந்த குரலில் அனைவரும் திரும்பினர். வினய் நின்று கொண்டிருந்தான்.

தம்பியைப் பார்த்ததும் ஹரணிக்கு அழுகை பொத்துக் கொண்டு வந்தது. தூணை விட்டு நகர்ந்தவள் விழப் போனாள். வேகமாக வந்து அக்காவைத் தாங்கிக் கொண்டான் வினய்.

"என்ன ஏதுன்னு விசாரிக்காம கல்யாணம் பண்ணிக் கொடுத்தாங்களே.. எங்கம்மாவிற்கு இதுவும் வேணும் இன்னமும் வேணும்" என்ற வினய் கௌதமை முறைத்தான்.

"வா அக்கா போகலாம்" என்றபடி தமக்கையை வாசலுக்கு நடத்தினான். ஹரணி நின்று கேள்விக்குறியோடு கௌதமைப் பார்த்தாள். அவளின் பார்வையின் கூர்மையைத் தாங்காத கௌதம் தன் தலையை மறுபக்கம் திருப்பிக் கொண்டான். அவள் பார்வை கேட்கும் கேள்விகளுக்கு அவனிடம் இப்போது விடையில்லை.

கௌதமின் செய்கை வினய்க்குக் கோபமூட்டியது. "வாக்கா" ஹரணியை இழுத்தான். தலையைத் திருப்பிக் கொண்டு நின்றிருந்த கௌதமின் கோபம் ஹரணிக்குப் புரியவில்லை. ஆனால் இவனிடம் இது பற்றிப் பேசும் முன் காந்திமதியிடம் விளக்கங்கள் கேட்க வேண்டும். தம்பியுடன் வெளியேறி நடந்தாள் ஹரணி.

அத்தியாயம் 45

காலையில் ஹரணி கண் விழிக்கும் போது மணி ஒன்பதைத் தாண்டியிருந்தது, நேற்று இரவுதான் வினயும் அவளும் காரிலேயே சென்னை வந்து சேர்ந்தார்கள். முதல் நாள் நடந்தவைகளை மனதுக்குள் அசை போட்டபடி படுத்திருந்தாள். தூரத்தில் கௌதமின் குரல் கேட்பது போலிருந்தது.

வெறும் மனப் பிரமை என்று தன்னையே திட்டியபடி எழுந்து ஜன்னல் வழியாக வெளியே பார்த்தாள். தோட்டத்தில் வினயும் கௌதமும்தான் பேசிக் கொண்டிருந்தனர். காரணமில்லாமல் கோபப்பட்டுவிட்டு இப்போது பின்னாலேயே வந்து சாரி சொன்னாலாயிற்றா? எரிச்சலாய் வந்தது. என்னவெல்லாம் பேசினான். ஒரு வினாடி யோசிக்கவில்லையே! அவ்வளவு முன்கோபம் ஏன்?

ஜன்னலிலிருந்து விலகி சுவரில் தலையைச் சாய்த்து கண்ணை மூடிக் கொண்டாள். அப்பா இறந்த பிறகு எல்லாருக்காகவும் போர்க் கவசம் அணிந்து கொண்டு தைரியமாக நடமாடி நடமாடி அயர்வாக இருந்தது. அவளுக்கென்று சாய்ந்து கொள்ள ஒரு தோள் தேவையாயிருந்தது.

ஜன்னலிலிருந்து விலகிய ஹரணியை தோட்டத்தில் பேசிக் கொண்டிருந்த இருவரும் கவனிக்கவே செய்தார்கள். ஹரணி கண்டிப்பாய் தன்னை நாடி கீழே வருவாள் என்று கௌதம் நிறைய எதிர்பார்த்தான். ஆனால் அவள் வரவில்லை, வரப்போவதுமில்லை என்று தோன்றியதும் நாற்காலியைச் சட்டென்று தள்ளிவிட்டு அவளுடைய அறையை நோக்கி வேகமாகச் சென்றான்.

"அக்கா ரொம்ப டயர்டா இருக்கா.. அவளைத் தொந்தரவு பண்ண வேண்டாமே", சொன்னபடியே பின் தொடர்ந்த வினயை வெட்டும் பார்வையால் நிறுத்தினான்.

அவன் அறைக்குள் நுழைந்த போது ஹரணி படுக்கையில் அமர்ந்தபடி அவனை எதிர்பார்த்துக் காத்திருந்தாள்,

"I am sorry, ஹரணி", வாசலில் நின்றபடியே சொன்னான் கௌதம்.

"உங்க சாரிக்கு நான் அர்த்தம் எடுத்துக்கிட்டா நேத்து நீங்க பேசிய வார்த்தைக்கு உங்க முகத்திலேயே விழிக்கக் கூடாது''

முகத்தில் அறை வாங்கியது போல் திடுக்கிட்டுப் போனான் கௌதம்.

"இங்கே முடிசூடா ராணியாக எல்லா வசதிகளுடனும் வாழும் உன்னால் அங்கே அந்தச் சின்ன வீட்டில் எப்படி சந்தோஷமாக வாழ முடியும் என்பது எனக்குப் புரியவில்லை. சந்தோஷமாக இருப்பது போல் ஏமாற்றுவதாய் நினைத்து கண்மூடித்தனமாகக் கத்தி விட்டேன்," தன் செயலுக்கு கௌதம் விளக்கம் தந்தான்.

பொறி தட்டியது ஹரணிக்கு.

"எனக்கு உசிலம்பட்டி வீடு பிடிக்கலைன்னு நினைத்துக் கொண்டு நீங்களா மதுரையில் தனிவீடு நமக்காக வாங்கினீர்கள். சித்ரா விஷயம் உங்களுக்குத் தெரியவே தெரியாது."

கௌதம் மௌனமாக இருந்தான். சரியாகக் கணித்து விட்டாளே!

"சொல்லுங்கள் அப்படித்தானே?"

"மதுரை சென்று வந்ததிலிருந்து முக வாட்டமாய் இருந்தாய். வீட்டை பெயிண்ட் பண்ண வேண்டுமென்றாய். உசிலம்பட்டி உனக்குப் பிடிக்கவில்லை என்று நினைத்தேன். அதனால் வீடு பார்த்தேன். நீயும் அம்மாவும் சித்ராவைப் பற்றி கவலைப்பட்டுக் கொண்டிருந்தது எனக்குத் தெரியாதே! உனக்கென வாங்கியதை ஜெயந்தியம்மாவிற்குத் தானம் கொடுக்கிறாயே என்று கோபம் வந்தது''

"உங்களுடையை அவசியமில்லாத கற்பனையால் எத்தனை பிரச்சனைகள்? என்னிடமே நேராகக் கேட்டிருக்கலாமே?"

"என் மனைவியின் தேவையை எனக்குப் பூர்த்தி செய்யத் தெரிந்திருக்க வேண்டும். நீ கேட்டுத்தான் நான் செய்ய வேண்டுமென்பதில்லை,'' பிடிவாதமாய் வந்தது பதில்.

"அப்படியானால் திருமணத்திற்கு முன்னால் உசிலை வீட்டில் எனக்குத் தேவையான வசதிகளை ஏன் செய்யவில்லை?"

சீறி வந்த கேள்விக்குப் பதில் சொல்லத் தெரியாமல் சிறிது நேரம் அமைதியாக இருந்தான் கௌதம்.

"உன்னை மனைவியாகக் கற்பனை செய்து பார்க்கும் போது என்னுடைய அன்பு மட்டுமே உனக்குப் போதும் என்று நினைத்தேன். நடைமுறை வாழ்க்கையின் கஷ்டங்களை நான் யோசித்துப் பார்த்ததேயில்லை," என்றவன் தன் முட்டாள்தனத்தை எண்ணித் தனக்குள்ளே சிரித்துக் கொண்டான்.

"நிஜத்தில் எங்கள் ஊரை, வீட்டைப் பார்த்ததிலிருந்து நீ மனம் மாறியிருந்தால்?"

அறையைக் கடந்து வந்து ஜன்னல் அருகில் நின்றான் கௌதம்.

"நீயும் உன் தாயைப் போல என்று எண்ணிவிட்டேன்."

"அம்மாவின் செயலுக்கு எனக்குத் தண்டனையா கௌதம்?"

"தண்டனையில்லை ஹரணி. ஒரு சின்ன சந்தேகம், அவ்வளவு தான்."

"சந்தேகம் சின்னதாயிருந்தால் என்ன? பெரியதாய் இருந்தால் என்ன, சந்தேகம் சந்தேகம் தானே? ஏன் விவரம் கேட்கவில்லை?"

"நீ என் நிலையிலிருந்து பார்த்தால் உனக்குப் புரியும் ஹரணி. உன் அம்மா திருமணத்திற்கு முன்னாலேயே உசிலம்பட்டி வருவதைத் தவிர்த்தார்கள். மதுராக்கா அங்கு வருவதையும் அவர்கள் விரும்பவில்லை. கண்டிப்பாய் வரவேண்டும் என்று சொல்லியும் வினய் மட்டும்தானே வந்தான்? நீயே யோசித்துப் பார். உன் அம்மாவிற்குப் பிடிக்காதது உனக்கு மட்டும் பிடித்துவிடுமா என்ன?"

"பிடிக்கவில்லை என்று நீங்களே கற்பனை செய்து கொண்டீர்கள். பிடிக்கிறதா இல்லையா என்று ஒரு முறையாவது என்னிடம் கேட்டீர்களா? எனக்குத் தேவை

என்று நீங்கள் நினைத்ததைத் தான் தர முயற்சி செய்து இருக்கிறீர்கள்."

அவள் வார்த்தைகளிலிருந்த உண்மை கௌதமைச் சுட்டது.

"உங்களை, உங்கள் குடும்பத்தை, வீட்டை, நான் அப்படியே ஏற்றுக் கொள்ள வேண்டும். ஆனால் உங்கள் மனைவி மட்டும் உங்கள் கற்பனைக்கும் எதிர்பார்ப்புகளுக்கும் உட்பட்டு இருக்க வேண்டும்", சூடாய்த் தொடர்ந்தன ஹரணியின் வார்த்தைகள்.

கூனிக் குறுகினான் கௌதம்.

தன் கற்பனைக்கும் எதிர்பார்ப்புக்கும் நடுவில் அவன் உருவாக்கிய ஹரணிக்கும், நிஜமான ஹரணிக்கும் எத்தனை வித்தியாசம்! கற்பனையில் அவன் மனைவி அவனிடம் கோபப் பட்டதேயில்லையே!

"ஹரணி என்ற நிஜத்தை ஏற்றுக் கொள்ளும் தைரியம் உங்களுக்கு இல்லை. அதனால் தான் வெறி பிடித்துக் கத்தினீர்கள்", ஒவ்வொரு வார்த்தையும் நிதானமாக வந்தது.

தன் தவறு கௌதமிற்குப் புரிந்தது.

"தப்புத்தான் ஹரணி, இனி இப்படி நடக்காதுடா, சாரி, வா போகலாம்," நகர்ந்து வந்து மனைவியின் அருகில் உட்கார்ந்தான்.

"இல்லை நான் வரவில்லை. நிறைய யோசிக்க வேண்டும்.. நீங்கள் எதிர்பார்ப்பது போல் என்னை மாற்றிக் கொள்ள முடியுமா என்று எனக்குத் தெரியவில்லை. மாற வேண்டிய கட்டாயமும் புரியவில்லை.. அதனால் நான் உங்களுடன் வரவில்லை."

அழுத்தமாகச் சொன்ன ஹரணி அவனுக்கு முதுகு காட்டியபடி ஜன்னலருகில் சென்று வெளியே வெறித்தாள். அவள் கண்ணீர் விடுவது தெரியாமல் அறையை விட்டு கனத்த இதயத்தோடு வெளியேறினான் கௌதம்.

அத்தியாயம் 46

திடீரென்று தான் மட்டும் தனியாகிவிட்டது போலிருந்தது கௌதமிற்கு. ஹரணி திரும்பி வருவாளா? வீடு மட்டும் கொஞ்சம் கொஞ்சமாக ஹரணிக்காய் தயாராகிவருகிறது. வீட்டை பெயிண்ட் செய்ய ஏற்பாடு செய்தாகிவிட்டது. பின்னால் மாட்டுக் கொட்டகை இருந்த இடத்தில் பெரியதாக குளியலறை கட்டப்பட்டு வருகிறது. சமையலறையில் இன்னும் சில மாற்றங்கள். இதையெல்லாம் ஏற்பாடு செய்த அம்மாவோ சின்னப்பிள்ளை மாதிரி செல்வியின் துணையோடு கம்ப்யூட்டர் படிக்கிறாள். ஈமெயில் அனுப்பக் கற்றுக் கொண்டாளாம். செல்வி இவனிடம் வந்து சொன்னாள். ஆனால் ஹரணி திரும்பி வருவாளா?

அம்மா அப்பா இருவரும் இவனிடம் ஹரணியைப் பற்றி ஒரு வார்த்தைகூட பேசவில்லை.. அவனுக்கும் அவர்களுக்கும் சம்பந்தம் எதுவுமில்லாததுபோல் நடந்து கொண்டார்கள். அவர்களுக்கு இவன் மேல் கோபம் என்பது அவனுக்குப் புரிந்தது. கௌதமுடன் கடைக்கு வருவதை அப்பா நிறுத்திவிட்டார். அவன் இருக்குமிடத்தையே தவிர்த்தார். அப்பாவின் கோபமாவது பழக்கமானது, அம்மாவின் மௌனமான கோபத்தை அவனால் தாங்க முடியவில்லை. குட்டிப்போட்ட பூனைபோல் அவன் காலைச் சுற்றிவரும் சீனுவும் அவனை வந்து பார்ப்பதில்லை. எரிச்சலுடன் கையிலிருந்த ஸ்பானரை எறிந்து விட்டு கடை வாசலில் நின்றான். கையாலாகாத்தனமாய் தலையைக் கோதிக் கொண்டான்.

அவனைக் கண்டதும் சைக்கிளில் போய்க் கொண்டிருந்த ஒருவர் நிறுத்தி இறங்கினார். கௌதமிற்கு அவரைத் தெரியும். ஊர் கோடியில் உள்ள திரையரங்கு இவர்கள் குடும்பத்திற்குச் சொந்தம்.

"எப்படியிருக்கீங்கண்ணே?", நலம் விசாரித்தான்.

"நல்லாயிருக்கியா தம்பி? உன் பெண்ஜாதி வந்தா சொல்லியனுப்புப்பா. ஏதோ பெங்களூரில் ஈஸ்ரோன்னு இருக்காமே. அது விவசாயிங்களுக்கு கம்ப்யூட்டர் மூலமா ஏதோ விஷயமெல்லாம் சொல்லிக் கொடுக்குதாம். பெரிசா நம்ம தியேட்டரில் அதைப் போட்டு பக்கத்து ஊர் காரனுக்கெல்லாம் போட்டுக் காட்டணும்னு என் பையன் நினைக்கிறான். நானும் நாலு நாளா உங்க வீட்டுக்கு நடையா நடக்கிறேன். உங்கம்மா விவரம் எதுவும் தெரியாது என்றார்கள்.. உன்னைப் பார்த்தேனா.. சரி அப்படியே சொல்லிட்டுப் போகலான்னு தான்". விவரம் சொன்னவர், "நான் வரட்டுமா?" என்றபடி சைக்கிளில் ஏறிப் பறந்தார்.

தலையைக் கையால் பிடித்துக் கொண்டான் கௌதம். எல்லாருக்கும் ஹரணி தேவையாய் இருக்கிறாளே. இவன் தான் அவளை விரட்டி விட்டான். தானே தனக்கு வில்லனாகிப் போனது போலிருந்தது.

"தம்பி" தாயம்மாவின் குரல் கேட்க, திரும்பினான். "நான் தான் ஹரணிகிட்டே யோசனை கேட்டேன். அந்தப் பொண்ணு மேல் ஒரு தப்புமில்ல, போய் கூட்டிட்டு வாய்யா" கௌதம் மௌனமானான்.

சொல்ல என்ன இருக்கிறது? "நம்ம ஊருக்கு அரணி மாதிரி ஒரு பொண்ணு தேவைப்பா. நம்ம மல்லிகாகூட மூலிகைத் தோட்டம் போடணும். பொம்பளைத் துணையிருந்தா மதுரை வரைக்கும் டாக்ஸியில் போயிட்டு வருவேன்னு சொன்னா! பொம்பளையே டாக்ஸி ஓட்டினா ஒரு வசதி தானே? என்னவோ நமக்கு நல்லதுன்னு நினைச்சுதாம்பா அரணி சொல்லியிருக்கணும்".

தாயம்மாவையே பார்த்துக் கொண்டிருந்தான் கௌதம்.

"அக்காவிற்கு நீ எவ்வளவோ உதவி பண்ணியிருக்கே, அந்த உரிமையில சொல்றேன். ஊரு பிடிக்கலை, வீடு பிடிக்கலைன்னா முத நாள் மதுரா பண்ண கலாட்டாவிற்கு நானாயிருந்தா அடுத்த பஸ் ஏறியிருப்பேன். அதை விடு உன்னையே நம்பி வந்தவளைத் தன்னந்தனியா விட்டுட்டு இரண்டு நாள் எங்கூட ஆஸ்பத்திரியே கதியாக் கிடந்தியே.. எத்தனை பொண்ணுங்களால அதை பக்குவமா எடுத்துக்க முடியும்? என்னவோ மனசில பட்டது சொல்லிட்டேன். தப்பா எடுத்துக்காதே", என்றவர், "உனக்குப் பிடிக்கலைன்னதும் சீனு துபாய் போக யோசிக்கிறான், தன்னால் தானே உங்க வீட்டில் பிரச்சனைன்னு ரொம்ப வருத்தப்படுறான்" என்றபடி சிலையாய் நின்ற கௌதமைக் கவலையாகப் பார்த்தபடி அங்கிருந்து நகர்ந்தார் தாயம்மா.

யோசித்தபடியே நின்றிருந்தான் கௌதம். திருமணம் முடிந்தால் போதும் என்று அவசர அவசரமாக இவன் செய்த சின்னச் சின்னத் தவறுகளை ஹரணி சிறிதும் பொருட்படுத்தாதபோதே ஹரணியின் பெருந்தன்மை இவனுக்குப் புரிந்திருக்க வேண்டும். எப்போதும் போல் அவசரப்பட்டு விட்டான். தான் செய்வதெல்லாம் சரியானது என்ற அகம்பாவம் தான் இதற்குக் காரணம். அந்தச் சுயகவுரவம்தானே ஹரணியைத் தேடிப் போக யோசிக்க வைக்கிறது! யோசிக்க யோசிக்க தெளிவு பிறந்தது. அந்தத் தெளிவு தெம்பைத் தருவதற்கு பதிலாகச் சோர்வைத் தந்தது. ஹரணியின் கோபம் நியாயமானது தானே? அவள் ஏன் இவனைத் தேடி வரப் போகிறாள்? ஹரணியில்லாமல் இவன் இனி எப்படியிருக்கப் போகிறான்? கட்டிய கூட்டை இவனே பிய்த்து எறிந்து விட்டானே! சோர்வோடு வீட்டை நோக்கி நடந்தான்.

வீட்டுக்குள் அப்போவோடு சேர்ந்து மொத்தம் மூன்று பேராய் சுவற்றிலிருந்த பழைய பெயிண்ட்டைச் சுரண்டிக் கொண்டிருந்தனர். இவனைப் பார்த்ததும் அப்பா தலையிலிருந்த துண்டை உதறிக் கொண்டு கோபமாக வெளியேறினார்.

"ராத்திரிக்கு கடையிலிருந்து பரோட்டா வாங்கிட்டு வந்துடுங்க", பலமாக இருமியபடியே அம்மா வெளியேறும் கணவனிடம் சொன்னாள். பெயிண்டிங் வேலை கிளப்பிய தூசி அவருக்கு ஒத்துக் கொள்ளவில்லை போல! தலையைப் பிடித்துக் கொண்டு சாய்வு நாற்காலியில் உட்கார்ந்தான் கௌதம்.

அத்தியாயம் 48

கையில் காஃபி கப்பைப் பிடித்தபடி சோஃபாவில் கண்மூடி சாய்ந்திருந்த மகளைப் பார்ப்பதற்குப் பாவமாக இருந்தது காந்திமதிக்கு. மெதுவாய் பெண்ணின் தோளைத் தொட்டார். நிமிர்ந்து தாயைப் பார்த்தாள் ஹரணி. மகளின் கண்களில் அத்தனை சோகத்தை காந்திமதி பார்த்ததேயில்லை.

"என்னம்மா ஹரணீ, உனக்கும் கௌதமிற்கும் ஏதாவது பிரச்சனையா?", கவலையுடன் கேட்டபடி மகளின் அருகில் உட்கார்ந்தார்.

தாயின் கண்களை நேராக நோக்கினாள் ஹரணி. "அப்பா உங்களிடம் கோபப்படுவாராம்மா?"

"அவர் என்னிடம் அதிர்ந்து ஒரு வார்த்தை பேசினதில்லை".

"நீங்கள் அப்பாவிற்குப் பிடிக்காததை செய்தால் கூடவா?"

"அவருக்குப் பிடிக்கலைன்னு அவர் கண்ணிலேயே நல்லாத் தெரியும். ஆனா நான் வருத்தப்படுவேன்னு அமைதியாப் போயிடுவார். என்னை எதுவுமே சொன்னதில்லை. நான் சந்தோஷமாயிருந்தா சரின்னு விலகிப் போயிடுவார்." கணவனின் நினைவில் அவர் பார்வை எங்கோ போனது.

"அப்பாவைப் பிடிச்சது? ஆனா அப்பா பிறந்து வளர்ந்த ஊரை மட்டும் பிடிக்கலையாம்மா?", ஹரணியின் கேள்வியில் திடுக்கிட்டுத் திரும்பினார் காந்திமதி. "நான் அங்கே போன அன்று அப்பாவின் பெயரைச் சொல்லிக் கொண்டு வந்து பார்த்தவர்கள் எல்லாம் அப்பாவின் சொந்தக்காரர்கள் என்று பின்னால் தெரியவந்தது. எனக்கும் வினய்க்கும் உறவு முறையில் அங்கே ஒரு தங்கையிருப்பதும் தெரிய வந்தது. அவர்களைப் பற்றி எங்கள் இருவருக்கும் இதற்கு முன்பு தெரியவேயில்லை, ஏம்மா?" மகளின் கேள்வியில் நிலைகுலைந்து போனார் காந்திமதி. இதை அவர் எதிர்பார்க்கவில்லை.

சிறிது நேர மௌனத்திற்குப் பின் காந்திமதி, "எங்களுடைய திருமணம் காதல் திருமணம் என்று உனக்குத் தெரியும். எங்கள் திருமணத்திற்கு எங்கள் வீட்டில் பயங்கர எதிர்ப்பு. மாலையுங்கழுத்துமாக போய் நின்ற எங்களை அவர்கள் ஏறெடுத்துக் கூடப் பார்க்கவில்லை. மிகுந்த மனக் கஷ்டத்துடன் உசிலைக்குச் சென்றோம். அதற்கு முன்னால் நான் உசிலம்பட்டியைப் பற்றி உன் அப்பா மூலம் கேள்விப்பட்டிருக்கிறேனே தவிர பார்த்ததில்லை. முதல் முதலாக பார்த்தபோது ஒரே அருவருப்பாய் இருந்தது. தெருவில் ஓடும் பன்றியும், சட்டை போடாத மனிதர்களும் பார்க்கவே குமட்டிக் கொண்டு வந்தது. அவர் வீட்டிலும் எங்கள் திருமணத்தை ஏற்கவிலை. தெருவே கேட்கும்படி கத்தி ஆர்ப்பாட்டம் செய்தார் உன் தாத்தா. காட்டுமிராண்டித்தனமாய்த் தெரிந்தது, வேறு வழியின்றி நாங்கள் திரும்பிய போது, வழியில் ஒரு அசிங்கத்தை மிதித்துவிட்டேன். அங்கிருந்தவர்கள் அனைவரும்

சிரித்தார்கள். எனக்கு அவமானமாகிவிட்டது. காலைக் கூட கழுவ வழியில்லாமல் செருப்பைக் கழட்டிவிட்டு செருப்பில்லாக் காலோடு மதுரை வந்தோம். நான் அவமானப்பட உன் தந்தையும் ஒரு காரணம் என்று கோபித்துக் கொண்டு நாள் கணக்கில் அவரிடம் பேசவேயில்லை. இனி உசிலைக்குப் போவது பற்றியோ, அவரது குடும்பத்தைப் பற்றியோ அவர் பேசுவது இல்லை என்று வாக்குக் கொடுத்த பின்தான் அவரிடம் முகம் கொடுத்தே பேசினேன்", நீளமாகப் பேசிவிட்டு "அம்மா ரொம்பக் கெட்டவளாகத் தெரிகிறேனாம்மா", ஹரணியைக் கேட்டார்.

'இல்லை' என்பது போல தலையசைத்தாள் ஹரணி. காந்திமதி தொடர்ந்தார். "அவருடைய சொந்தங்களுக்காக அவர் ரொம்ப ஏங்கினார் என்பதும் எனக்குத் தெரியும். ஆனால் அதைப் பற்றி நான் கவலைப்படவில்லை. அந்த ஊருக்குத் திரும்பிப் போகாமலிருந்தால் போதும் என்று மட்டுமே நினைத்தேன்".

"பாட்டி தாத்தாவின் மரணத்திற்குக் கூட அப்பா போகலையேம்மா", இடையில் ஊடுருவிய ஹரணியின் குரலில் வருத்தம்.

"அங்கேயும் நான் தான் தப்பு செய்தேன். தன் வாக்குறுதியை மீற முடியாமல் அவர் தவிச்சிட்டு இருந்தப்ப நான் ஒரு வார்த்தை சொல்லியிருந்தாலும் அவர் கிளம்பிப் போயிருப்பார். நான் தான் சொல்லவில்லை. எங்கே என்னையும் வரச் சொல்வாரோ என்று பயந்துவிட்டேன்."

"அப்ப என்னை மட்டும் ஏன் அங்கே அனுப்பினீர்கள்?"

"உங்க அப்பா தன்னுடைய ஆதங்கத்தை மனசுக்குள் அடக்கிக்கிட்டாலும், கௌதமைப் பார்த்ததும் அவருக்குள் ஒரு ஆசை. உங்கள் இருவரின் திருமணமும் தன்

சொந்தங்களோடு சேர ஒரு வழி வகுக்கும்னு கனவு காண ஆரம்பிச்சார். ஆனா அப்படி ஒண்ணு நடப்பதற்கு முன்னால் அவர் போய் சேர்ந்திட்டார். அதான் அவரோட ஆசைக்காக.." காந்திமதி பேசிக் கொண்டிருக்க இடையில் குறுக்கிடுவது போல் ஃபோன் அலறியது.

அத்தியாயம் 49

ட்ரிப் மூலம் மருந்துகள் ஏறிக் கொண்டிருக்க, மூச்சுக் குழாய் பொருத்தப்பட்ட நிலையில் வெளியே நடப்பது எதுவும் தெரியாமல் இரண்டு நாட்களாக மயக்கத்தில் இருக்கும் மாரியம்மாவை கண்ணாடி வழியே பார்க்கையில் மதுராவுக்குக் கலக்கமாக இருந்தது. தாயின் நிலையைக் கேட்டவுடன், குடும்பத்துடன் வந்துவிட்டாள்.

மாரியம்மாவின் அறைவாசலில் கௌதமும் கணேசனும் நின்றிருந்தனர். மனைவியைப் பார்த்தபடி அறைக்குள் நின்றிருந்தார் கௌதமின் தந்தை . மதுரா நேராகத் தாயின் அறைக்குள் சென்றாள்.

அவளின் கணவர் கௌதமுடன் வெளியே நின்று கொண்டார். "என்னவாயிற்று? டாக்டர் என்ன சொன்னார்?"

அத்தானின் கேள்விக்கு பதில் சொல்லும் நிலையில் இல்லை கௌதம். தாயை இழக்க நேரிடுமோ என்ற பயம் அவனுள் சூழ்ந்திருந்தது. கணேசன் தான் பதில் சொன்னான், "வீட்டில் பெயிண்ட் வேலை நடக்குது. அந்தத் தூசியிலயும், பெயிண்ட் வாசனைலயும் சின்னதா இரும ஆரம்பிச்சது இந்த அளவுக்குக் கொண்டு வந்து விட்டுருச்சு. டாக்டர் இன்னும் ஒண்ணும் சொல்லலை".

மதுரா வெளியே வந்தாள். "ஹரணிக்கு சொல்லியாச்சா?"

கௌதம் வேறு பக்கம் பார்த்தான். 'அவள் வரமாட்டாள். இவன் தான் அவளைக் கோபத்தில் குதறி எடுத்துவிட்டானே!' அவன் மனம் ஊமையாய் அழுதது.

மதுரா கோபமாய்த் தம்பியை நெருங்கினாள். அதே சமயம் நர்ஸோடு மருத்துவர் வர எல்லோர் கவனமும் அவர் மேல் திரும்பியது.

"எல்லாம் நார்மலா இருக்கு. இன்னும் இரண்டு நாளில் வீட்டுக்குக் கூட்டிட்டுப் போகலாம்", டாக்டர்.

"ஆனா இன்னும் மயக்கத்திலிருக்காங்களே டாக்டர்", மதுரா கேட்டாள்.

"அலட்டிக்காம தூங்கறதுக்காக மயக்க மருந்து கொடுத்திருக்கோம். பயப்படத்தேவையில்லை"

"திரும்பவும் ஆஸ்துமா வருமா?" மெதுவாகக் கேட்டார் மதுராவின் தந்தை.

"வாய்ப்பு இருக்கு. கொஞ்சம் ஜாக்கிரதையாகப் பார்த்துக் கொள்வது நல்லது. வயதானவங்க இல்லையா", என்ற டாக்டர், "பார்க்கலாம். இன்னும் இரண்டு நாள் இங்கேயே ரெஸ்ட் எடுத்துக்கட்டும்" என்றபடி நகர்ந்தார்.

அங்கே வீடு பாதி சுரண்டப்பட்டு செம்மானப் பணிகள் நடந்து கொண்டிருக்கையில் மாரியம்மாவை எங்கே கொண்டு வைத்திருப்பது? அதுவும் அவரைப் பார்த்துக் கொள்ள யாருமில்லாத நேரத்தில்.

"இங்கே மதுரையிலேயே அத்தை இருக்கட்டும். சித்ரா பார்த்துக்குவா", கணேசன்.

"சித்ரா பாவம், கைக்குழந்தைக்காரி", மதுரா.

"மாமா நான் ஒண்ணு சொன்னா தப்பா நினைக்காதீங்க. கட்டட வேலையை ஆரம்பிச்சது ஆரம்பிச்சாச்சு. கௌதமும் குடும்பஸ்தன் ஆயிட்டான். பின்னாடி, உங்க மகள்கள், நாங்க, உங்க பேரன் பேத்தியெல்லாம் வந்தா தங்கற மாதிரி, மாடியையும் கொஞ்சம் பெரிசாக் கட்டினால் நல்லாயிருக்கும். கட்டட வேலை முடியறவரைக்கும், நீங்களும், அத்தையும் எங்க கூட வந்து டெல்லியில் இருங்க. நாங்களும் நிம்மதியாயிருப்போம். அத்தையை மதுரா நல்லபடியா பார்த்துப்பா", மதுராவின் கணவர்.

அவர் சொல்வதில் நியாயம் இருக்கத்தான் செய்தது. மருமகனின் வார்த்தையை மறுக்கத் தெரியாத மாமனார் யோசித்தார்.

'ஹரணி வீட்டை மாற்றச் சொன்னது கூட மதுராவின் விருப்பத்திற்காகவா? அவளுக்காக இல்லையா?' குழம்பி நின்றான் கௌதம்.

'கௌதம், ஹரணிக்கு விஷயம் தெரியுமா தெரியாதா? வரக் காணுமே' தம்பியிடம் கேட்டாள் மதுரா.

"அவ வரமாட்டாக்கா", கௌதம் தன் மீதான வெறுப்பில் சொல்ல, அதே நிமிடம் ஹரணி வேகமாக உள்ளே நுழைந்தாள், காந்திமதி தயக்கத்துடன் பின்னால் வந்து கொண்டிருந்தார்.

அத்தியாயம் 50

வேகமாக வந்த ஹரணியின் கண்கள் ஒரு நொடி தான் கௌதமின் கண்களை சந்தித்தன. நேராக மாரியம்மா இருந்த அறைக்குள் நுழைந்தவள் அவர் பக்கத்தில் போய் நின்றாள். நலிந்து போய்ப் படுத்திருந்த மாரியம்மாவைப்

பார்க்கப் பார்க்க அவள் மனம் பாடுபட்டது. கன்னங்களில் வழிந்த கண்ணீரைக் கூடத் துடைக்காமல், தன் மாமியாரின் நெற்றியை வருடியவள், அவர் கையைப் பிடித்துக் கொண்டு அங்கேயே உட்கார்ந்து விட்டாள்.

வெளியே வந்து தன் கணவனை நோக்க அவள் மனம் அஞ்சியது. 'நீ பெயிண்ட் பண்ண சொன்னதால் என் அம்மாவின் நிலையைப் பார்' என்று பொது இடத்திலேயே கௌதம் கத்த ஆரம்பித்துவிட்டால்? 'நீ எதற்கு இங்கு வந்தாய்?, வெளியே போ என்று சொல்லிவிட்டால்?' எவ்வளவு கோபம் இருந்திருந்தால் அவளுக்கு விஷயத்தைச் சொல்லாமல் இருந்திருப்பான். ஜெயந்தியம்மாவின் ஃபோன் மட்டும் வரவில்லையானால், மாரியம்மாவைப் பற்றி எதுவுமே தெரிந்திருக்காதே!

அறைக்கு வெளியே காந்திமதியின் நிலை வேறு விதமாயிருந்தது. ஹரணியைப் பின் தொடர்ந்து உள்ளே போவதோ இல்லை வெளியே நிற்பவர்களுடன் பேசுவதா? செய்வதறியாமல் தவித்தவர் தயங்கித் தயங்கி யாரென்றே தெரியாமல், மதுராவை நெருங்கினார்.

"நீங்க தான் ஜெயந்தியா? ஃபோன் செய்ததற்கு ரொம்ப நன்றிங்க" பேச்சைத் தொடங்கினார். மற்றவர்களுக்கெல்லாம் ரொம்ப சங்கடமாகி விட்டது.

அவரது குரல் கேட்டு வெளியே வந்த பெரியவர்தான் ஹரணியின் மாமனார் என்று புரிந்தது காந்திமதிக்கு. கேள்விக்குறியாக காந்திமதியைப் பார்த்தார் அவர். தயக்கத்தைத் தவிர்த்து, "எப்படியாச்சு? என்ன ஆச்சு?" என விசாரிக்க ஆரம்பித்தார்.

கணேசன் முன்னால் வந்து, "எதுன்னாலும் வீட்டில் போய் பேசிக்கலாம். இங்க பேசிட்டிருந்தா, பேஷண்ட்டைத் தொந்தரவு பண்றதா நர்ஸ் சொல்வாங்க." என்றான்.

தயங்கிய காந்திமதியை மதுரா தான் அழைத்தாள், "வாங்கம்மா, ஹரணியை கௌதம் பார்த்துக் கொள்வான்" என்றவள் கண்களால் தம்பிக்கு எச்சரிக்கை விடுத்தாள். 'ஒழுங்காக நடந்து கொள்' என்றது அவளது பார்வை.

எல்லோரும் வீட்டுக்குப் புறப்பட்டனர். பேண்ட் பாக்கெட்டுக்குள் கையைவிட்டபடி, தாயின் அறைக்குள் நுழைந்தான் கௌதம். அவனை நிமிர்ந்து பார்த்த ஹரணி ஒன்றும் பேசாமல் தலையைக் குனிந்து கொண்டாள். மனைவியின் குனிந்திருந்த தலையை வெறித்துப் பார்த்தான் கௌதம்.

'என்னிடம் பேசக் கூட ஹரணிக்குப் பிடிக்கவில்லை. அவள் நிலையில் வேறு பெண்ணிருந்திருந்தால் என் செய்கைக்கு இந்நேரம் ருத்ர தாண்டவம் ஆடியிருப்பாள். எல்லாம் என் தவறு தான். திருமணத்திற்கு முன்பே ஹரணிக்கு என்னையும், என் நேசத்தையும் புரிய வைத்திருக்க வேண்டும். என் அவசர புத்தியால், எல்லாவாற்றையும் குழப்பிவிட்டேன்'. 'என் மேல் எவ்வளவு வருத்தமிருந்தாலும், என் குடும்பத்தினரிடம் அதைத் துளி கூட வெளிப்படுத்தவில்லையே. வாசன் சார் இருந்திருந்தால் என்ன சொல்வார்? என் பெண்ணின் கண்ணிலிருந்த சிரிப்பையே அழித்துவிட்டாயே பாவி என்று திட்டமாட்டாரா?' 'அவள் முன் நிற்கக் கூட எனக்கு அருகதையில்லை' வேதனைப் பெருமூச்சோடு அறையை விட்டு வெளியேறினான் அவன்.

கண்களைத் திறந்தபோது, ஹரணியை அருகில் பார்க்கவும், மாரியம்மாவின் கண்களில் ஆனந்த கண்ணீர் வழிந்தது. ஹரணியின் கைகளை இறுகப் பற்றிக் கொண்டார். அதற்குப் பிறகு அவர் உடல் நிலையில் நல்ல முன்னேற்றம் ஏற்பட்டது. மாரியம்மாவை மருத்துவமனையிலிருந்து கூட்டி வந்தாகிவிட்டது.

எல்லோரும் சித்ராவின் வீட்டில் குழுமியிருந்தனர். குடும்பம் முழுவதையும் காந்திமதி பார்ப்பது இதுவே முதல் முறை. மாரியம்மாவைப் பார்க்க ஜெயந்தியம்மா கூட வந்திருந்தார். மகனுக்கும் மருமகளுக்குமிடையில் இன்னும் ஒன்றும் சரியாகவில்லை என்று புரிந்தவுடன் மதுராவுடன் டெல்லி செல்வதற்கு மாரியம்மா விருப்பம் காட்டினார்.

தாயின் விருப்பத்தை அறிந்ததும், மதுரா தாய் தந்தையை டில்லி அழைத்துச் செல்ல ஏற்பாடு செய்தாள். காந்திமதி சென்னை கிளம்புவதற்கு முன், மாரியம்மாவிடம் வந்தார். "உங்களையெல்லாம் பற்றி சரியாகத் தெரிந்து கொள்ளாமல் நான் பல முறை தவறாக நடந்து கொண்டிருக்கிறேன். என்னை மன்னித்து விடுங்கள். நடந்தது எதையும் மனதில் வைக்காமல், இந்த இரண்டு நாட்களும் என் மேல் மிகுந்த அன்பு காட்டினீர்கள். உங்கள் அன்புக்கு நன்றி." தழுதழுத்த குரலில் அவர் மன்னிப்புக் கோர எல்லோரும் நெகிழ்ந்து விட்டனர்.

"நான் சென்னைக்குக் கிளம்புகிறேன். நீங்கள் எல்லோரும் ஒருமுறை கண்டிப்பாக சென்னை வர வேண்டும்" காந்திமதி அதே குரலில் சொன்னார்.

"ஹரணியையும் அழைத்துப் போகிறீர்கள் தானே? அம்மா டெல்லி செல்வதால் இங்கே அவள் தங்கத் தேவையிருக்காது", உணர்ச்சியற்ற குரலில் சொன்னான் கௌதம்.

குழுமியிருந்த அனைவரும் அவனை விநோதமாகப் பார்த்தனர். "அது என்னடா? அங்கே உசிலம்பட்டியில் அரணியிருந்து வீட்டு வேலையைப் பார்த்துக்குவான்னு நம்பித்தானே நாங்க மதுரா கூட போறோம். நீ என்னவோ புதுக் கத சொல்ற?", என்று மகனிடம் கேட்ட மாரியம்மா, "என்னம்மா அரணி நீ பார்த்துக்குவேதானே? உனக்குக் கஷ்டம் ஒண்ணுமில்லையே" என்று ஹரணியைக் கேட்டார்.

மௌனமாகத் தலையசைத்தாள் ஹரணி. 'ஸோ, கௌதமிற்கு என்னைப் பிடிக்கவில்லை. அதனால் தானே தாயுடன் போகச் சொல்கிறான்? நீதான் என் உசிலம்பட்டிக்கு சரி என்று பின்னாலேயே வந்து திருமணம் செய்து கொண்டதென்ன? திருமணமாகி முதல்முதலாய் தனியாய் இருக்க வாய்ப்பு வரும் போது அதைத் தட்டிக் கழிப்பது என்ன? கௌதமிற்குத் தேவை ஒரு சராசரி கிராமத்துப் பெண். ஒரு கம்பெனியின் நிர்வாகி அல்ல. ஒரு நிர்வாகியை, திறமையுள்ள பெண்ணை மனைவியாக அவனால் ஏற்றுக் கொள்ள முடியவில்லை.' என்று நினைத்துக் கொண்டாள் ஹரிணி.

இத்தனை காலம் அவள் வளர்த்துக் கொண்ட திறமைகள் இப்போது அவளுக்கு சுமையாகிப் போனது. கனத்த இதயத்தோடு கணவனைப் பார்த்தாள் ஹரணி.

அத்தியாயம் 51

வீடு கட்டி முடிக்கும் வரை யாரும் உசிலம் பட்டியில் தங்கி இருக்கத் தேவையில்லை என்று பிடிவாதமாகக் கூறிவிட அவனை விட பிடிவாதமாய் இருந்தாள் ஹரணி. மாரியம்மாவின் மன நிம்மதிக்காக என்று மற்றவர்களும் ஹரணியை ஒத்துப் பாட ஹரணி உசிலம் பட்டிக்கு வந்து சேர்ந்தாள்.

கடையினுள் கௌதம் மட்டும் தனியே அமர்ந்திருந்தான்.

அவன் மனம் ஹரணியைச் சுற்றி சுற்றி வந்தது. அவள் என் குடும்பத்துக்காக என்னவெல்லாம் செய்திருக்கிறாள்? மதுராவுக்கு, சித்ராவுக்கு என்று பார்த்துப் பார்த்து செய்தாளே! எவ்வளவு பெரிய கம்பெனி நிர்வாகி அவள். இந்தச் சின்ன ஊரில், எந்தக் குறையும் சொல்லாமல்

வாழ்ந்தாளே! அவளை என்னவெல்லாம் பேசிவிட்டான். அவனை என்றேனும் ஹரணி மன்னிப்பாளா?

'ஒருவாரம் அவளைப் பார்க்காமல் இருந்தது போதும். அவளிடம் நேரில் சென்று மன்னிப்புக் கேள்' என்று ஒரு மனம் அவனை உந்திக்கொண்டே இருந்தது. கூடவே 'அவள் முகத்தில் விழிக்கும் தகுதி உனக்கிருக்கிறதா, அவள் கோபத்தில் ஏதேனும் பேசிவிட்டால் உன்னால் தாங்கமுடியுமா?' என்று கேட்டு இன்னொரு மனம் முரண்டுபண்ணியது.

இருமனதாய் ஒரு முடிவும் எடுக்க முடியாமல் தவித்துக் கொண்டிருந்தான் கௌதம். கடைசியாய் 'இப்பொழுது அவளிடம் மன்னிப்புக்கேட்கவில்லையானால் என்றுமே அவனுக்கு மன்னிப்பில்லை' என்று தோன்ற ஒரு முடிவுடன் மதுரை நோக்கிப் பயணப்பட்டான் கௌதம்.

மனைவியின் மன்னிப்பிற்கு தகுதியைத் தேடிக் கொள்ள வேண்டும் என்ற பிடிவாதம் அவனுக்கு

ஹரணி மட்டும் தனியாக இருந்தாள்.

மாரியம்மா டெல்லி கிளம்பிப் போனவுடன் ஹரணியை உசிலையில் விட்டுவிட்டுப் போனவன் தான் கௌதம். ஒரு வாரமாக ஆளைக் காணோம். எங்கே என்று ஒரு விவரமும் சொல்லவில்லை. நீ என்னை விட்டு போகவில்லையானால் நான் உன்னை விட்டுப் போகிறேன் என்பது போல் இருந்தது அவன் செய்கை.

ஆனால் அவன் அங்கே கடையிலேயே இருப்பதாக செல்வி துப்பறிந்து சொன்னாள். ஆனால் இவள் தேடிப் போனபோதோ கடை மூடியிருந்தது.

மாலையாகிவிட்டது. பெயிண்ட் வேலை செய்து கொண்டிருந்த ஆட்களும் கிளம்பிப் போய்விட்டார்கள்.

இன்னும் கொஞ்ச நேரத்தில் செல்வி வந்துவிடுவாள். அவளுடன் கிளம்பி கிழவியின் வீட்டிற்கு ஹரணி சென்று விடுவாள். வீடு செப்பனிடப்பட்டு வரும் நிலையில் ஹரணி தனியாகத் தங்குவது பாதுகாப்பில்லை என்று வற்புறுத்தி அவளைச் சம்மதிக்க வைத்திருந்தாள் கிழவி.

கௌதமின் இந்தப் பாராமுகம் அவளை மிகவும் வேதனைப்படுத்தியது. இப்படியெல்லாம் நடக்கும் என்று அவள் நினைக்கவேயில்லையே! அன்று துறைமுகத்தில் அவனோடு நடந்த போது, அவனை விடமுடியாது என்று அவள் உள்ளுணர்வு உணர்த்தியதால் தானே வேறெதைக் குறித்தும் யோசிக்காமல் திருமணத்திற்குச் சரி என்றாள். திருமணம் அவசர அவசரமாக நடந்த போதும் தடுக்கத் தோன்றவில்லையே! ஒரு சராசரிப் பெண்ணைப் போல் உள்ளம் துள்ளிக் குதிக்கத் தானே செய்தது. அவன் மேல் எவ்வளவு காதல் இருந்திருந்தால் அவன் சொன்ன ஒரு வார்த்தைக்காக இதெல்லாம் செய்திருப்பாள். அவனின் பாராமுகம் அவளை இப்படிப் படுத்துவது ஏன்?

வீடு அடுத்த தலைமுறைக்குப் போகவேண்டும் என்ற அவனது ஆசை தானே இவள் மூச்சானது.

ஏன் அது கௌதமிற்குப் புரியவில்லை.

யாரிடமாவது மனம் விட்டுப் பேசவேண்டும் போலிருந்தது. ஏதோ தோன்ற கம்ப்யூட்டர் முன் அமர்ந்து, அயர்லாந்தில் இருக்கும் தம்பிக்கு, மடமடவென்று மனதில் இருப்பதைக் கொட்டி 'மின்னஞ்சல்' எழுதினாள்.

****

மின்னஞ்சல்எழுதி முடித்தவள் ஒரு கணம் யோசித்தாள். ஒரு சின்னப் பையனிடம் போய் இதையெல்லாம் சொல்வதா என்று தோன்றிவிட, அப்படியே கவிழ்ந்து கண்ணீர் விட ஆரம்பித்தாள். அழுவது என்பது ஹரணி அறியாத ஒன்று. 'அவளுக்குள்ளும் ஒரு சராசரிப்பெண் இருப்பதை கௌதம் உணரவில்லையே'. அழுகை பொத்துக்

கொண்டு வந்தது. குமுறி அழுது கொண்டிருந்த ஹரணியின் தோள்களைத் தொட்டது வலிமையான கரங்கள்.

“ஹரணீ” கனமாக வந்தது கௌதமின் குரல்.

நிமிர்ந்து கணவனைப் பார்த்தவள், அப்படியே திரும்பி அவன் வயிற்றில் முகம் புதைத்து நெஞ்சு காலியாகும் வரை அழுது தீர்த்தாள். சிறு குழந்தையாய் அழும் மனைவியின் தலையைக் கோதிவிட்ட கௌதமின் கண்கள் கம்ப்யூட்டர் ‘மானிட்டரி’ல் இன்னும் அனுப்பப்படாமல் இருந்த மின்னஞ்சலைப் நிலைத்தன.

‘அவனுடைய மனைவி இவன் மேல் இத்தனை அன்பு வைத்திருக்கிறாளா? இந்தச் சின்ன ஊரில் அனுசரித்து வாழ்ந்தது, சித்ராவிற்காக வீடு வாங்கியது, மதுராவின் ஆசைக்காக இந்த வீடு சரி செய்யப்படுவது அத்தனையும் இவன் சொன்ன ஒரு வார்த்தைக்காகவா? எல்லாம் எனக்காகவா?’ இனி யாரும் வீட்டை விற்றுவிடு என்று வந்து நிற்கமாட்டார்கள். எல்லோருடைய தேவையையும் நிறைவேற்றி, இவனுடைய விருப்பத்தை ஒரே ஆளாய் நின்று சாதித்து இருக்கிறாளே! அவன் தான் எதையும் புரிந்துகொள்ளாத மூடனாய் இருந்திருக்கிறான். ஆசையிலும் அன்பிலும் மனம் வழிந்தது கௌதமிற்கு.

“ஹரணி” என்று அழைத்தவன் அவளை எழுப்பி மார்போடு அணைத்துக் கொண்டான். கணவனை நிமிர்ந்து பார்த்தாள் ஹரணி. அழுது அழுது கண்கள் சிவந்திருந்தன. குனிந்து அவளது மூக்கில் முத்தமிட்டவன், “வா உனக்கொன்று காட்ட வேண்டும்” என்று அவளை இழுத்துக் கொண்டு வெளியே சென்றான்.

அங்கே கடை வாசலில் நான்கு பேர் ஒரு பெயர்ப் பலகையை மேலே ஏற்றி மாட்டிக் கொண்டிருந்தார்கள்.

"ஹரணி இரப்பர் ரீசைக்கிளிங் சென்டர்" பெயர்ப் பலகையை வாசித்த ஹரணி கண்ணில் துளிர்த்திருந்த கண்ணீரைத் துடைத்தாள்.

"எனக்காகவா?" அவள் கண்கள் அவனிடம் கேள்வியெழுப்பின.

"ஆமாம் ஹரணி. உனக்காகத் தான்டா. உன் கண்ணிலிருந்து சிரிப்பை விரட்டி விட்டேனே. என்னை மன்னித்து என் சின்ன அன்பளிப்பை ஏற்பாயா?" அவன் கண்கள் அவளிடம் யாசித்தன. பதிலாக அவள் சிரித்தபடி அவன் தோள்களில் சாய்ந்தாள்.

அதற்குமேல் பொறுக்கமுடியாதவனாய், பெயர்ப்பலகையை மாட்டியவர்களுக்குப் பணம் கொடுத்தனுப்பிவிட்டு மனைவியை கடைக்குள் அழைத்துச் சென்றான். அவனுடைய மிஷினை அவள் பார்த்துக் கொண்டிருக்கையிலேயே, உள்ளிருந்தபடி ஷட்டரை இழுத்து மூடியவன் அவளைப் பின்னிருந்து அணைத்தான்.

"ஐயோ எல்லோரும் என்ன நினைப்பார்கள்?"

"நினைக்கட்டுமே, எனக்கும் ரொமான்ஸ் பண்ணத் தெரியும் என்று உனக்குக் காட்ட வேண்டாமா?"

"செல்வி வேறு என்னைத் தேடிக் கொண்டு வருவாள்".

"செல்வி வரமாட்டாள். நான் வீட்டுக்குத் திரும்பி வந்ததை அவள் பார்த்து விட்டாள்."

பேசிக் கொண்டிருந்தபடியே அவளை டயர் குவியலில் தள்ளிவிட்டுத் தானும் அவளை அணைத்தபடி அருகில் உட்கார்ந்தான். பின்பு பேண்ட் பாக்கெட்டில் இருந்து ஒரு காகிதத்தை எடுத்து நீட்டினான். "சென்னையில் ஒரு

பெரிய ரீசைக்கிளிங் ப்ளாண்ட் வைக்கப்போகிறேன். அதற்கான பத்திரங்கள்

ஹரணி அதை வாங்கிப் படிக்க, "இங்கே, மதுரையில், கோவையில் பழைய டயர்களை விலைக்கு வாங்கி அதை ப்ராஸஸ் பண்ணப் போகிறேன். அதுக்கு ட்ரான்ஸ்போர்ட் வசதி வேணுமே. இரண்டு டெம்போ வாங்கி அதற்குக் கான்ட்ராக்டரா சீனுவைப் போடலாம்ன்னு இருக்கேன். அவன் எதிர்பார்க்கிற வருமானம் இதிலும் வரும். அவன் குடும்பத்தை விட்டுப் பிரிய வேண்டியதில்லை"

"இதற்கு நிறைய செலவாகுமே, நிறைய வேலையிருக்குமே" கவலையோடு கேட்டாள் ஹரணி.

"அதற்குத் தான் நீ இருக்கிறாயே?" என்று அவள் முகத்தைத் தன் கைகளில் தாங்கியவன், "வினய் திரும்பி வந்தானானால் ஹரணி கம்ப்யூட்டர்ஸை நல்ல திறமையுடன் கையாளுவான். இது உனக்காக. நீ இங்கிருந்தபடியே இந்தக் கம்பெனியை நிர்வகிக்கலாம்"

உனக்கு வேண்டுமானால் ஹரணி கம்ப்யூட்டர்ஸின் ஒரு கிளையில் இங்கே நீ ஆரம்பி. கடையை அதற்கு ஏற்றார் போல் பெரிது படுத்தலாம். என்று பேசிக் கொண்டே போனவன்

நிறுத்தி

அவளை நேராக உட்கார வைத்து அவள் முன் மண்டியிட்டான்.

"ஹரணி நீ வித்தியாசமானவள். ஒவ்வொரு ஆணுக்கும் பின்னாலிருக்க வேண்டிய பெரிய சக்தி. அதைப் புரிந்து கொள்ளத் தெரியாமல் உன்னை மிகவும் புண்படுத்திவிட்டேன். என்னை மன்னித்துவிடு", நேர்மையான குரலில் கௌதம் மன்னிப்புக் கேட்க, தலையைச் சரித்துக் கணவனைப் பார்த்தவள், "இவ்வளவு கெஞ்சிக் கேட்கிறீர்கள். சரி, உங்களுக்காக உங்களை மன்னித்தேன்" என்று சொல்லி கண்களால் சிரித்தாள் ஹரணி.

"மகாராணியார் பெருந்தன்மையுடன் என்னை மன்னித்ததற்காக, தங்களுக்கு இந்த அடியேனின் சிறிய அன்பளிப்பு" பின்பாக்கெட்டிலிருந்து இன்னும் ஒரு கவரை எடுத்து கௌதம் நீட்டினான். அவன் நீட்டிய கவரை வாங்கிய ஹரணி துள்ளிக்குதித்தாள். அத்தனையும் அவளுக்குப் பிடித்த இசை மென்தட்டுகள்!

ஆவலுடன் பார்த்துக்கொண்டிருந்த அவளை ஆசையுடன் இழுத்து முத்தமிட்டான் அவள் கணவன்

www.ingramcontent.com/pod-product-compliance
Lightning Source LLC
Chambersburg PA
CBHW020650300426
44112CB00007B/322
* 9 7 8 0 9 8 3 9 0 8 7 8 4 *